प्रस्तावना

सावित्रीबाई फुले पुणे विद्यापीठाच्या एम.कॉम. या शैक्षणिक वर्षासाठीच्या अभ्यासक्रमात या वर्षापासून सुधारणा करण्यात आली आहे. आधुनिक बँक व्यवसाय आणि वित्तपुरवठा (बँकविषयक उत्पादन आणि सेवा) या पेपरच्या अभ्यासक्रमात करण्यात आलेल्या सुधारणांची जून २०२३ पासून अंमलबजावणी होत आहे. या सुधारित अभ्यासक्रमासाठी उपयुक्त असलेले पुस्तक आपल्या हाती देताना विशेष आनंद होत आहे. बँकविषयक उत्पादन आणि सेवा याबाबत अनेक संदर्भ ग्रंथ प्रकाशित झालेले आहेत. मात्र, हे पुस्तक बँकविषयक कायदे आणि व्यवहारांवर प्रकाश टाकणारे उपयुक्त पुस्तक आहे.

प्रकरणाच्या सुरूवातीला पारंपरिक बँकिंग आणि आधुनिक बँकिंग यांची ओळख करून देण्यात आली आहे. गुंतवणूक बँकिंग, संपत्ती व्यवस्थापन त्याचबरोबर विमा उत्पादने आणि सेवा यांचा देखील अभ्यास करण्यात आला आहे. दुसऱ्या प्रकरणात डिजिटल बँकिंग, बँकिंग वितरण माध्यमांतील तंत्रज्ञानाचा विकास, पेमेंट सिस्टममधील तांत्रिक विकास, डिजिटल बँकिंगमधील जोखीम व धोके आणि भारतातील बँकिंग व वित्तीय सेवांमधील उदयोन्मुख प्रवाह या घटकांचा आढावा घेण्यात आला आहे. एकूणच बँकविषयक उत्पादन आणि सेवा याबाबत माहिती पुरविणारे हे एक उपयुक्त पुस्तक आहे.

पुस्तक लेखनासाठी अनेक संदर्भ ग्रंथांची मदत झाली. पुस्तक लेखनाच्या बाबतीत महाविद्यालयाचे प्राचार्य, व्यवस्थापन सदस्य, सहकारी प्राध्यापक व प्राध्यापकेतर कर्मचारी, अभ्यासमंडळ सदस्य, विविध ग्रंथालयाचे ग्रंथपाल, विविध महाविद्यालयातील प्राध्यापक मित्र यांचे सहकार्य व प्रोत्साहन मिळाले. संदर्भ ग्रंथांच्या लेखकांसहीत इतर सर्वांविषयी आम्ही कृतज्ञता व्यक्त करतो. तसेच पुस्तकाचे प्रकाशक डॉ. राजेश पाटणे व सौ. विद्या पाटणे आणि सक्सेस पब्लिकेशन मधील कर्मचारी वर्ग यांच्याविषयी देखील आम्ही कृतज्ञता व्यक्त करतो.

With best wishes.

By Author

Syllabus

M. Com. - I (Sem. - II)

Advanced Banking & Finance (Banking Product & Services) (PS572MJ)

Unit	Topic	Lecture
1	**I. Introduction:** **A.** Traditional Banking Vs. Modern Banking **B.** Investment Banking **C.** Wealth Management **II. Insurance Products and services:** **A.** Life Insurance Products **B.** General Insurance Products	10
2	**Digital Transformation of Indian Banking:** Digital Banking - Meaning, Features and Benefits. **A.** Technological Developments in Banking Delivery Channels. **B.** Technological Developments in Payments Systems. **C.** Risk & Threats in Digital Banking: Need & Challenges of Cyber Security and National Cyber Security Policy (NCSP) **D.** Emerging Trends in Banking & Financial Services inIndia: Block Chain, Artificial Intelligence Robots, Digital Rupee, Fintech Banking, Cloud Banking, Open Banking, and Neo Bank	20

❖ अनुक्रमणिका ❖

ओळख

प्रकरण १

▷ प्रस्तावना :

व्यक्ती, व्यवसाय आणि संस्थांच्या विविध आर्थिक गरजा पूर्ण करण्यासाठी तयार केलेली उत्पादने आणि सेवांची विस्तृत श्रेणी प्रदान करणारा बहुआयामी उद्योग बनण्यासाठी पैशांचे संरक्षण आणि व्यवस्थापन करण्याच्या पारंपरिक भूमिकेच्या पुढे जाऊन बँकिंगचे जग काही वर्षांत लक्षणीयरीत्या विकसित झाले आहे. त्यामुळे बचत आणि खाते तपासण्याच्या मूलभूत सेवांपासून ते गुंतवणूक बँकिंग, डिजिटल बँकिंग आणि नाविन्यपूर्ण फिनटेक उपायांच्या अत्याधुनिक क्षेत्रांपर्यंत विस्तारलेल्या बँकिंगच्या गुंतागुंतीच्या परिप्रेक्षाचा अभ्यास करणे आवश्यक आहे. बँकिंग उत्पादने आणि सेवा ही आधुनिक वित्तीय प्रणालीचे जीवन आहे, जे आपणास बचत, गुंतवणूक, कर्ज घेण्यास आणि व्यवहार करण्यासाठी पूर्वीपेक्षा अधिक सोयीस्कर, सुरक्षित आणि कार्यक्षमतेने सक्षम करते. हा प्रवास आपणास पारंपरिक बँकांच्या मुख्य ऑफरिंगमधून, डिजिटल परिवर्तनाच्या विघटनकारी शक्तींमधून आणि बँकिंगच्या भविष्याला आकार देणारे नाविन्यपूर्ण उपायांद्वारे घेऊन जाईल, जे शेवटी या गतिमान आणि महत्त्वपूर्ण क्षेत्राची सर्वांगीण समज प्रदान करेल.

▷ १.१ पारंपरिक बँकिंग वि. आधुनिक बँकिंग :

पारंपरिक बँकिंग प्रत्यक्ष बँक शाखांवर आणि समोरासमोरील परस्परसंवादावर अवलंबून असते तसेच एक परिचित, वैयक्तिक बँकिंग अनुभव प्रदान करते. याउलट आधुनिक बँकिंग डिजिटल चॅनेल आणि तंत्रज्ञानाचा लाभ घेते, ऑनलाइन प्लॅटफॉर्म आणि मोबाइल ॲप्सद्वारे २४/७ प्रवेशयोग्यता, सुविधा आणि कार्यक्षमता देते. पारंपरिक बँकिंग मानवी परस्परसंवाद आणि भौतिक कागदपत्रांवर जोर देते, तर आधुनिक बँकिंग स्वयंचलन, स्व: सेवा आणि डिजिटल सुरक्षा उपायांना प्राधान्य देते, वाढत्या परस्पर जोडलेल्या जगात सुविधा आणि प्रवेश योग्यतेसाठी ग्राहकांच्या पसंती विकसित करते.

१.१.१ पारंपरिक बँकिंग :

पारंपरिक बँकिंग ही भौतिक बँक शाखांद्वारे वित्तीय सेवा प्रदान करण्याची पारंपरिक पद्धत आहे. यामध्ये व्यवहार, खाते व्यवस्थापन आणि आर्थिक सल्ल्यासाठी वैयक्तिक ग्राहक संवादांचा समावेश आहे. यात चेक आणि डिपॉझिट

स्लिप सारख्या कागदावर आधारित प्रक्रिया सामान्य आहेत आणि सेवा सामान्यत: बँकेच्या प्रत्यक्ष स्थान आणि कामकाजाच्या तासांपुरत्या मर्यादित असतात. पारंपरिक बँका डिजिटल प्रवाशांशी जुळवून घेत आहेत परंतु त्यांची प्रत्यक्ष उपस्थिती कायम आहे.

अ) अर्थ :

पारंपरिक बँकिंग म्हणजे विविध शाखा असलेल्या भौतिक बँकांद्वारे प्रदान केलेल्या वित्तीय सेवांच्या पारंपरिक प्रणालीचा संदर्भ होय. पारंपरिक बँकिंगमध्ये खाते उघडणे, ठेवी आणि पैसे काढणे, कर्जासाठी अर्ज करणे आणि आर्थिक सल्ला घेणे यासारखे विविध आर्थिक व्यवहार करण्यासाठी ग्राहक विशेषत: या भौतिक स्थानांना भेट देतात. हा दृष्टीकोन बँक कर्मचार्यांशी समोरासमोरील संवादावर खूप अवलंबून असतो आणि त्यात अनेकदा कागदपत्रे समाविष्ट असतात, जसे की भौतिक धनादेश आणि ठेव स्लिप. पारंपरिक बँकिंग संस्थांचा इतिहास मोठा आहे आणि पायाभूत सुविधांची स्थापना केली आहे. आधुनिक काळात त्या त्यांच्या सेवा वाढविण्यासाठी आणि ग्राहकांच्या वाढत्या प्राधान्यांच्या प्रतिसादात ऑनलाइन बँकिंग पर्याय प्रदान करण्यासाठी आधुनिक तंत्रज्ञानाशी अधिकाधिक जुळवून घेत आहेत.

ब) व्याख्या :

पारंपरिक बँकिंगच्या व्याख्या खालीलप्रमाणे आहेत :

१) थोर्स्टन बेक :

''पारंपरिक बँकिंग म्हणजे एक अशी प्रणाली जिथे बँका प्रामुख्याने लोकांकडून ठेवी स्वीकारणे आणि व्यक्ती आणि व्यवसायांना कर्ज देणे, संबंध-आधारित कर्ज देण्यावर लक्ष केंद्रित करून मुख्य कार्ये करतात.''

२) फ्रेडरिक एस मिश्किन :

''पारंपरिक बँकिंग म्हणजे मूलभूत आर्थिक मध्यस्थी प्रक्रिया ज्यामध्ये बँक बचतकर्त्यांकडून ठेवी घेते आणि त्या ठेवी कर्जदारांना कर्जामध्ये बदलते.''

३) जॉर्ज जी. कॉफमन :

''पारंपरिक बँकिंग म्हणजे एक अशी प्रणाली जिथे बँका बचतकर्ता आणि कर्जदार यांच्यात मध्यस्थ म्हणून काम करतात, बचतीसाठी एक सुरक्षित जागा प्रदान करतात आणि गरजूंना क्रेडिट देतात.''

४) फ्रँकलिन ॲलन :

''पारंपरिक बँकिंग म्हणजे एक अशी प्रक्रिया ज्यामध्ये बँका संबंधित जोखीम व्यवस्थापित करताना अल्प-मुदतीच्या दायित्वांचे (ठेवी) दीर्घकालीन मालमत्तेत (कर्ज) रूपांतर करतात.''

क) पारंपरिक बँकिंगची वैशिष्ट्ये :

पारंपरिक बँकिंगची महत्त्वपूर्ण वैशिष्ट्ये खालीलप्रमाणे आहेत :

१) भौतिक शाखा :

पारंपरिक बँकिंगच्या निश्चित वैशिष्ट्यांपैकी एक म्हणजे भौतिक बँक शाखांचे अस्तित्व होय. ही भौतिक ठिकाणे केंद्रे म्हणून काम करतात जिथे ग्राहक विविध आर्थिक व्यवहार करू शकतात, मदत घेऊ शकतात आणि बँकिंग सेवांमध्ये प्रवेश करू शकतात. या शाखांमध्ये बँक टेलर, ग्राहक सेवा प्रतिनिधी आणि अनेकदा आर्थिक सल्लागार असतात जे ग्राहकांना त्यांच्या बँकिंग गरजा पूर्ण करण्यास मदत करतात.

२) समोरासमोर संवाद :

पारंपरिक बँकिंग ग्राहक आणि बँक कर्मचार्यांमध्ये समोरासमोर संवाद साधण्यावर जोरदार भर देते. खाते उघडण्यासाठी, ठेवी किंवा पैसे काढण्यासाठी, आर्थिक उत्पादनांची चौकशी करण्यासाठी आणि वैयक्तिक सहाय्य

प्राप्त करण्यासाठी ग्राहक बँक शाखांना भेट देतात. हे आंतरवैयक्तिक संबंध विश्वास वाढवते आणि ग्राहकांना त्यांची आर्थिक उद्दिष्टे आणि समस्यांवर अनुभवी व्यावसायिकांशी चर्चा करण्यास चालना देते.

३) ठेव खाती :

पारंपरिक बँका बचत खाती, खाते तपासणे आणि ठेव प्रमाणपत्रे (CDs) यासारखी विविध ठेव खाती प्रदान करतात. ही खाती ग्राहकांना त्यांच्या ठेवींवर व्याज मिळवताना त्यांचे पैसे सुरक्षितपणे साठवण्यासाठी सुरक्षित आश्रयस्थान म्हणून काम करतात. बचत आणि तपासणी खाती निधीमध्ये सहज प्रवेश देतात, तर ठेव प्रमाणपत्रे दीर्घकालीन बचतीसाठी उच्च व्याजदर देतात.

४) कर्ज देणे सेवा :

पारंपरिक बँका व्यक्ती आणि व्यवसायांना कर्ज सेवा प्रदान करण्यासाठी महत्वपूर्ण आहेत. त्या वैयक्तिक कर्ज, तारण, वाहन कर्ज आणि व्यवसाय कर्जांसारख्या कर्ज उत्पादनांची विस्तृत श्रेणी प्रदान करतात. ही कर्जे व्यक्तींना घरे आणि वाहने यासारख्या मोठ्या खरेदीसाठी वित्तपुरवठा करण्यास मदत करतात आणि व्यवसायांना त्यांचे कार्य वाढविण्यास किंवा रोख प्रवाह व्यवस्थापित करण्यास मदत करतात.

५) देयके प्रक्रिया :

पारंपरिक बँका त्यांच्या ग्राहकांसाठी देयके प्रक्रिया सुलभ करतात. यामध्ये चेक जारी करणे, इलेक्ट्रॉनिक फंड ट्रान्सफर (EFTs) प्रक्रिया करणे आणि वायर हस्तांतर सेवा प्रदान करणे यासारख्या सेवांचा समावेश आहे. या यंत्रणा व्यक्ती आणि व्यवसायांना पेमेंट करण्यास, पैसे हस्तांतरित करण्यास आणि आर्थिक व्यवहार सक्षमपणे पूर्ण करण्यास सक्षम करतात.

६) मौल्यवान वस्तूंची सुरक्षितता :

काही पारंपरिक बँका महत्त्वपूर्ण कागदपत्रे, दागिने आणि संग्रहणीय वस्तू यासारख्या मौल्यवान वस्तूंच्या सुरक्षित साठवणुकीसाठी सुरक्षित ठेव बॉक्स देतात. हे बॉक्स त्यांच्या प्रिय मालमत्तेचे रक्षण करू पाहणाऱ्या ग्राहकांसाठी सुरक्षा आणि मानसिक शांतीचा अतिरिक्त स्तर प्रदान करतात.

७) आर्थिक सल्ला :

पारंपरिक बँका अनेकदा आर्थिक सल्लागार नियुक्त करतात जे ग्राहकांना विविध प्रकारच्या आर्थिक बाबींवर मार्गदर्शन करतात. हे सल्लागार ग्राहकांना सेवानिवृत्तीची योजना आखण्यात, हुशारीने गुंतवणूक करण्यास, कर्जाचे व्यवस्थापन करण्यात आणि त्यांच्या आर्थिक भविष्याबद्दल माहितीपूर्ण निर्णय घेण्यास मदत करतात. ही सल्लागार सेवा विशेषत: जटिल आर्थिक निर्णय घेणाऱ्या व्यक्तींसाठी मौल्यवान असते.

८) नियामक निरीक्षण :

पारंपरिक बँका केंद्रीय बँका आणि वित्तीय नियामक प्राधिकरणांसारख्या सरकारी संस्थांद्वारे व्यापक नियामक निरीक्षणाच्या अधीन असतात. हे नियम बँकिंग प्रणालीची सुरक्षितता आणि सुदृढता सुनिश्चित करण्यासाठी, ग्राहकांचे संरक्षण करण्यासाठी आणि व्यापक आर्थिक बाजारपेठेची स्थिरता राखण्यासाठी तयार करण्यात आले आहेत. या नियमांचे पालन हे पारंपरिक बँकिंग कार्यपद्धतीचा एक मूलभूत पैलू आहे.

९) पत मूल्यांकन :

पारंपरिक बँका कर्ज देण्यापूर्वी कर्जदारांच्या पतपात्रतेचे मूल्यांकन करतात. ते कर्ज देण्याशी संबंधित जोखीम निर्धारित करण्यासाठी पत इतिहास, उत्पन्न आणि संपार्श्विक घटकांचे मूल्यांकन करतात. ही संपूर्ण पत मूल्यमापन प्रक्रिया कर्ज चुकविण्याचा धोका कमी करण्यास मदत करते आणि जबाबदार कर्ज देण्याच्या पद्धती सुनिश्चित करते.

१०) समुदाय प्रतिबद्धता :

अनेक पारंपरिक बँका त्यांच्या स्थानिक समुदायांमध्ये खोलवर रुजलेल्या आहेत आणि समुदाय विकास उपक्रमांमध्ये सक्रियपणे गुंतलेल्या आहेत. ते स्थानिक धर्मादाय संस्थांना समर्थन देतात, कार्यक्रम प्रायोजित करतात आणि समुदाय पोहोच कार्यक्रमांमध्ये भाग घेतात, ते सेवा देत असलेल्या प्रदेशांबद्दल त्यांची वचनबद्धता अधिक मजबूत करतात. हा समुदायाचा सहभाग विश्वासार्ह आर्थिक भागीदार म्हणून पारंपरिक बँकिंगच्या भूमिकेचे वैशिष्ट्य आहे.

१.१.२ आधुनिक बँकिंग :

आधुनिक बँकिंग ही पारंपरिक बँकिंग प्रारूपाची डिजिटल आणि तंत्रज्ञान-आधारित उत्क्रांती आहे. हे २४/७ प्रवेशयोग्यता, सुव्यवस्थित व्यवहार आणि ऑनलाइन खाते व्यवस्थापन, मोबाइल पेमेंट आणि डिजिटल कर्ज देण्यासाठी आर्थिक सेवांच्या विस्तृत श्रेणी प्रदान करण्यासाठी ऑनलाइन प्लॅटफॉर्म, मोबाइल ॲप्स आणि डिजिटल नवकल्पनांचा लाभ घेते. आधुनिक बँकिंग सुविधा, स्वयंचलन आणि सायबरसुरक्षिततेला प्राधान्य देते, जे ग्राहकांना इंटरनेट प्रवेशाद्वारे कुठूनही बँकिंग क्रियाकलाप आयोजित करण्याची लवचिकता देते. हे नाविन्यपूर्ण उपाय सादर करण्यासाठी अनेकदा फिनटेक कंपन्यांशी सहयोग करते आणि विकसित होत असलेल्या आर्थिक परिदृश्यात आघाडीवर राहते.

अ) अर्थ :

आधुनिक बँकिंग हे आर्थिक उद्योगातील समकालीन प्रतिमान बदलाचे प्रतिनिधित्व करते, ज्याचे वैशिष्ट्य डिजिटल तंत्रज्ञान आणि नावीन्यपूर्णतेचा व्यापक अवलंब करते. यात ऑनलाइन आणि मोबाइल बँकिंग सेवांचा समावेश आहे, ज्यामुळे ग्राहकांना त्यांच्या खात्यांमध्ये कधीही आणि कुठेही प्रवेश करणे, व्यवस्थापित करणे आणि व्यवहार करणे शक्य होते. आधुनिक बँकिंगच्या प्रमुख वैशिष्ट्यांमध्ये पेपरलेस व्यवहार, मजबूत सायबर सुरक्षा उपाय आणि मोबाइल पेमेंट्स, रोबो-ॲडव्हायझर्स आणि पीअर-टू-पीअर कर्ज यासारख्या फिनटेक उपायांचे एकत्रीकरण यांचा समावेश आहे. हा दृष्टीकोन कार्यक्षमता, सोयी आणि अखंड ग्राहक अनुभवावर भर देतो, डिजिटल युगात व्यक्ती आणि व्यवसाय त्यांच्या वित्ताशी संलग्न होण्याच्या पद्धतीत मूलभूतपणे बदल घडवून आणतो.

ब) व्याख्या :

आधुनिक बँकिंगच्या व्याख्या खालीलप्रमाणे आहेत :

१) मार्टिन मेयर :

''आर्थिक मध्यस्थी प्रदान करणे, आर्थिक वृद्धी सुलभ करणे आणि एकूणच आर्थिक व्यवस्थेच्या स्थिरतेवर प्रभाव पाडणे हे आधुनिक बँकिंगचे वैशिष्ट्य आहे.''

२) जोसेफ टी. वेल्स :

''आधुनिक बँकिंगमध्ये जटिल नियामक वातावरणात समायोजन करणे समाविष्ट आहे आणि फसवणूक आणि आर्थिक गुन्ह्यांशी संबंधित आव्हानांना तोंड देण्यासाठी मजबूत जोखीम व्यवस्थापन आवश्यक आहे.''

३) जॉन मेनार्ड केन्स :

''आधुनिक बँकिंग ही अशी प्रक्रिया आहे ज्याद्वारे बँका पत विस्ताराद्वारे पैसे तयार करतात. ही एक अशी प्रणाली आहे ज्यामध्ये पैशाचे एकूण प्रमाण निश्चित केले जात नाही, परंतु बँकिंग प्रणालीच्या कृतीनुसार बदलू शकते.''

४) चार्ल्स पी. किंडलबर्गर :

"आधुनिक बँकिंग म्हणजे बँका आणि बँकेतर वित्तीय संस्थांमधील संबंधांचे आणि बाजारांद्वारे बँका आणि त्यांचे बँकविरहित समकक्ष प्रतिभूतींचे वितरण करतात."

क) आधुनिक बँकिंगची वैशिष्ट्ये :

आधुनिक बँकिंगची वैशिष्ट्ये खालीलप्रमाणे आहेत :

१) डिजिटलायझेशन आणि ऑनलाइन बँकिंग :

आधुनिक बँकिंगचे वैशिष्ट्य म्हणजे डिजिटल तंत्रज्ञानाचा व्यापक अवलंब करणे. ऑनलाइन बँकिंग प्लॅटफॉर्म ग्राहकांना त्यांच्या खात्यांमध्ये प्रवेश करण्यासाठी, व्यवहार करण्यासाठी आणि त्यांचे वित्त व्यवस्थापित करण्यासाठी प्राथमिक माध्यम बनले आहेत. हे प्लॅटफॉर्म रिअल-टाइम बॅलन्स अपडेट्स, फंड ट्रान्सफर, बिल पेमेंट्स आणि अकाउंट स्टेटमेंट्स यासारखी वैशिष्ट्ये प्रदान करतात, ज्यामुळे बँकिंग पूर्वीपेक्षा अधिक सोयीस्कर आणि प्रवेशयोग्य बनते.

२) मोबाईल बँकिंग :

स्मार्टफोनच्या वाढीमुळे मोबाईल बँकिंग ऍप्लिकेशन्सचा विकास झाला आहे. हे ॲप्स ग्राहकांना प्रवासात बँकिंग कार्ये करण्यास सक्षम करतात, लवचिकता आणि सुविधा प्रदान करतात. मोबाईल चेक डिपॉझिट, बायोमेट्रिक ऑथेंटिकेशन (जसे की फिंगरप्रिंट किंवा फेशियल रेकग्निशन) आणि खाते क्रियाकलापांच्या सूचनांसारख्या वैशिष्ट्यांनी लोकांनी त्यांच्या बँकांशी संवाद साधण्याच्या पद्धतीत क्रांती घडवून आणली आहे.

३) फिनटेक एकत्रीकरण :

पारंपरिक बँकिंग सेवांमध्ये वित्तीय तंत्रज्ञान (फिनटेक) उपायांचे एकत्रीकरण हे आधुनिक बँकिंगचे एक मूलभूत वैशिष्ट्य आहे. पीअर-टू-पीअर कर्ज, रोबो-ॲडव्हायझर्स आणि डिजिटल वॉलेटसारखी नाविन्यपूर्ण उत्पादने आणि सेवा प्रदान करण्यासाठी बँका फिनटेक स्टार्टअप्ससोबत सहयोग करतात. ही भागीदारी कार्यक्षमता वाढवते, खर्च कमी करते आणि ग्राहकांसाठी उपलब्ध आर्थिक सेवांची श्रेणी विस्तृत करते.

४) माहिती विश्लेषण आणि वैयक्तिकरण :

आधुनिक बँका ग्राहक माहितीचे विश्लेषण करण्यासाठी आणि वैयक्तिकृत सेवा प्रदान करण्यासाठी मोठ्या तथ्य विश्लेषण आणि कृत्रिम बुद्धिमत्तेचा लाभ घेतात. यामध्ये टेलरिंग उत्पादन शिफारशी, सानुकूलित गुंतवणूक पोर्टफोलिओ प्रदान करणे आणि आर्थिक गरजांचा अंदाज देखील समाविष्ट आहे. तथ्य-आधारित माहिती बँकांना संभाव्य फसवणूक ओळखण्यास आणि जोखीम व्यवस्थापन सुधारण्यास मदत करते.

५) वर्धित सायबर सुरक्षा :

डिजिटल प्लॅटफॉर्मवरील वाढत्या अवलंबनामुळे, आधुनिक बँकिंगसाठी सायबर सुरक्षा ही सर्वोपरि समस्या बनली आहे. ग्राहकांच्या माहितीचे संरक्षण करण्यासाठी आणि सायबर हल्ल्यांना प्रतिबंध करण्यासाठी बँका बहु-घटक प्रमाणीकरण, एनक्रिप्शन आणि बायोमेट्रिक पडताळणीसारख्या प्रगत सुरक्षा उपायांमध्ये मोठ्या प्रमाणात गुंतवणूक करतात. नियमित सुरक्षा अंकेक्षण आणि तात्काळ पर्यवेक्षण हे आधुनिक बँकिंगच्या सायबर सुरक्षा धोरणाचे आवश्यक घटक आहेत.

६) ओपन बँकिंग :

बँका आणि अधिकृत तृतीय-पक्ष प्रदात्यांमध्ये ग्राहक डेटाची देवाणघेवाण करण्याला चालना देण्यामुळे अनेक देशांमध्ये ओपन बँकिंग उपक्रमांना गती मिळाली आहे. हे ग्राहकांना वित्तीय सेवांच्या विस्तृत श्रेणीमध्ये प्रवेश

करण्यास चालना देते आणि नवीन स्टार्टअप्सना नवीन अनुप्रयोग आणि सेवा तयार करण्यास चालना देते जे पारंपरिक बँकिंग प्रणालींद्वारे अखंडपणे एकत्रित होतात.

७) संपर्करहित पेमेंट आणि डिजिटल चलने :

नियर फील्ड कम्युनिकेशन (NFC) आणि QR कोड पेमेंट यासारख्या संपर्करहित पेमेंट पद्धतींच्या आगमनाने ग्राहकांचे व्यवहार बदलले आहेत. याव्यतिरिक्त, मध्यवर्ती बँका आणि खाजगी कंपन्या डिजिटल चलनांचा शोध घेत आहेत, जसे की क्रिप्टोकरन्सी आणि सेंट्रल बँक डिजिटल चलने (CBDCs), जे पैसे जारी आणि हस्तांतरित करण्याच्या पद्धतीमध्ये संभाव्य क्रांती घडवू शकतात.

८) स्वयंचालन आणि कृत्रिम बुद्धिमत्ता-आधारित ग्राहक सेवा :

स्वयंचालन आणि कृत्रिम बुद्धिमत्ता (AI) यांनी आधुनिक बँकिंगमध्ये ग्राहक सेवा सुव्यवस्थित केली आहे. चॅटबॉट्स आणि आभासी सहाय्यक २४/७ समर्थन देतात, ग्राहकांच्या प्रश्नांची उत्तरे देतात आणि नियमित व्यवहार सुलभ करतात. हे केवळ ग्राहकांचे समाधानच वाढवत नाही तर बँकांच्या कार्यात्मक खर्चातही घट करते.

९) जागतिकीकरण आणि सीमापार सेवा :

आधुनिक बँकिंग भौगोलिक सीमा ओलांडते. बँका परकीय चलन, सीमापार देयके आणि ऑफशोअर खात्यांद्वारे आंतरराष्ट्रीय सेवांची विस्तृत श्रेणी देतात. तांत्रिक प्रगती आणि जागतिक संवादामुळे व्यक्ती आणि व्यवसायांना सीमा ओलांडून आर्थिक व्यवहार करणे सोपे झाले आहे.

१०) शाश्वत बँकिंग :

बँकिंग क्षेत्राने शाश्वतता आणि पर्यावरणीय जबाबदारीला प्रोत्साहन देण्यासाठी आपली भूमिका अधिकाधिक ओळखली आहे. अनेक आधुनिक बँका कर्ज आणि गुंतवणुकीसाठी त्यांच्या निर्णय प्रक्रियेत पर्यावरण, सामाजिक आणि प्रशासन (ESG) निकषांचा समावेश करतात. शाश्वत बँकिंग पद्धती, जसे की हरित वित्तपुरवठा आणि प्रभाव गुंतवणूक यांना महत्त्व प्राप्त झाले आहे कारण बँका त्यांच्या धोरणांना सामाजिक आणि पर्यावरणीय उद्दिष्टांशी संरेखित करतात.

१.१.३ पारंपरिक बँकिंग आणि आधुनिक बँकिंगमधील फरक :

पारंपरिक बँकिंग आणि आधुनिक बँकिंगमधील फरक स्पष्ट करणारा एक तुलनात्मक तक्ता खाली दिला आहे :

मुद्दे	पारंपरिक बँकिंग	आधुनिक बँकिंग
१) ग्राहक-परस्परसंवाद	मर्यादित डिजिटल प्रवेश; प्रामुख्याने शाखेतील परस्परसंवाद, समोरासमोर संवाद आणि कागदावर आधारित व्यवहार.	व्यवहार आणि सेवांसाठी डिजिटल प्लॅटफॉर्मवर जोर देते. २४/७ प्रवेश योग्यतेसाठी ऑनलाइन आणि मोबाइल बँकिंग प्रदान करते.
२) भौतिक-उपस्थिती	बँकिंग सेवांसाठी भौतिक शाखांवर मोठ्या प्रमाणावर अवलंबून. शाखेच्या काम काजाच्या वेळेबाहेर मर्यादित प्रवेशयोग्यता.	शाखांवरील अवलंबित्व कमी करते. केव्हाही, कुठेही प्रवेशासाठी ऑनलाइन, मोबाइल आणि एटीएम प्रदान करते.
३) व्यवहार-पद्धती	मुख्यतः कागदावर आधारित व्यवहार ज्यात धनादेश, रोख ठेवी आणि मॅन्युअल पेपरवर्क यांचा समावेश होतो.	ऑनलाइन ट्रान्सफर, डिजिटल वॉलेट्स आणि कॉन्टॅक्टलेस पेमेंटसारखे इलेक्ट्रॉनिक व्यवहारांचे वर्चस्व आहे.

४) सेवा–पूर्तता	वैयक्तिक परस्परसंवाद आणि नातेसंबंध बँकिंगद्वारे वैयक्तिक सेवा वितरणावर लक्ष केंद्रित करते.	स्व-सेवा प्रारूप आणि कृत्रिम बुद्धिमत्ता-आधारित ग्राहक समर्थनाकडे स्थित्यंतर. कार्यक्षमता आणि सोयीसाठी तंत्रज्ञान-आधारित उपाय प्रदान करते.
५) उत्पादन–श्रेणी	बचत खाती, कर्ज आणि ठेव प्रमाणपत्रे यासारखी पारंपरिक उत्पादने प्रदान करते. उत्पादन प्रदानात मर्यादित नाविन्य.	रोबो-सल्लागार, क्रिप्टोकरन्सी आणि फिनटेक भागीदारी यासारखी डिजिटल बँकिंग उत्पादने सादर करून उत्पादन पोर्टफोलिओमध्ये विविधता आणते.
६) सुरक्षा–उपाय	भौतिक तिजोरी आणि दस्तऐवज पडताळणी यारख्या मूलभूत सुरक्षा प्रोटोकॉलवर अवलंबून आहे.	डिजिटल व्यवहारांचे संरक्षण करण्यासाठी एन्क्रिप्शन, बायोमेट्रिक्स आणि कृत्रिम बुद्धिमत्ता-सक्षम फसवणूक शोध यासारख्या प्रगत सायबर-सुरक्षा उपायांचा समावेश करते.
७) निर्णय–निर्धारण	कर्ज मंजूरी आणि आर्थिक सल्ल्यामध्ये अनेकदा मॅन्युअल प्रक्रिया आणि मानवी निर्णय यांचा समावेश होतो.	क्रेडिट स्कोअरिंग आणि वैयक्तिकृत आर्थिक शिफारसींसाठी विश्लेषण आणि अल्गोरिदम वापरणे, तथ्य-आधारित निर्णय घेणे लागू करते.
८) नियामक अनुपालन	पारंपरिक बँकिंग नियमांचे पालन करते आणि विकसित होत असलेल्या नियामक मानकांशी जुळवून घेण्याच्या आव्हानांना तोंड देते.	नाविन्यपूर्ण उपाय स्वीकारताना जटिल नियामक चौकटीमधून समायोजन करते. बदलत्या नियमांचे पालन करण्याचा प्रयत्न करते, जसे की डिजिटल चलने आणि माहिती गोपनीयतेशी संबंधित नियम.
९) खर्च रचना	भौतिक शाखा आणि मॅन्युअल प्रक्रिया राखल्यामुळे उच्च परिचालन खर्च.	डिजिटलायझेशन, ऑनलाइन सेवांचा प्रचार करून, ओव्हरहेड्स कमी करून आणि नियमित व्यवहार स्वयंचलित करून खर्चाची कार्यक्षमता शोधते.
१०) ग्राहक अपेक्षा	विश्वासार्हता, वैयक्तिक सेवा आणि दीर्घकालीन संबंधांवर लक्ष केंद्रित करते.	डिजिटल चॅनेलद्वारे सुविधा, वेग आणि वैयक्तिकृत अनुभवांची अपेक्षा आहे. अखंड आणि अंतर्ज्ञानी डिजिटल इंटरफेसची मागणी करते.
११) स्पर्धात्मक परिप्रेक्ष्य	ऑनलाइन बँका आणि फिनटेककडून वाढत्या स्पर्धेचा सामना करावा लागतो परंतु प्रस्थापित ब्रँड विश्वासामुळे ग्राहकांची निष्ठा कायम ठेवली जाते.	पारंपरिक बँका आणि नाविन्यपूर्ण फिनटेक स्टार्टअप या दोन्हींकडून स्पर्धा प्राप्त होते. वेगाने विकसित होत असलेल्या आर्थिक परिप्रेक्षामध्ये स्पर्धात्मक राहण्यासाठी नावीन्यपूर्णतेला प्राधान्य देते.

१.१.४ पारंपरिक बँकिंग आणि आधुनिक बँकिंगमधील समानता :

पारंपरिक बँकिंग आणि आधुनिक बँकिंगमध्ये फरक असूनही, काही मूलभूत समानता आहेत :

१) आर्थिक सेवा :

पारंपरिक आणि आधुनिक अशा दोन्ही बँकिंग संस्था अनेक प्रकारच्या वित्तीय सेवा देतात. त्या ग्राहकांच्या आर्थिक गरजा पूर्ण करण्यासाठी ठेव खाती, कर्ज, तारण आणि गुंतवणूक उत्पादने यासारख्या मूलभूत सेवा प्रदान करतात.

२) जोखीम व्यवस्थापन :

दोन्ही प्रकारच्या बँका जोखीम व्यवस्थापन पद्धतींमध्ये गुंतलेल्या आहेत. त्या त्यांच्या कार्यपद्धतीची स्थिरता सुनिश्चित करण्यासाठी आणि ग्राहकांच्या मालमत्तेचे रक्षण करण्यासाठी पत जोखीम, बाजारातील जोखीम आणि कार्यात्मक जोखीम यांचे मूल्यांकन करतात.

३) नियामक अनुपालन :

पारंपरिक आणि आधुनिक दोन्ही बँका सरकारी अधिकाऱ्यांनी लादलेल्या नियामक चौकटीत काम करतात. ते आर्थिक स्थिरता, ग्राहक संरक्षण, अँटी-मनी लाँडरिंग आणि माहिती गोपनीयतेशी संबंधित नियमांचे पालन करतात, जरी त्यांच्या कार्यात्मक प्रारूपांत भिन्न दृष्टिकोन आहेत.

४) ग्राहक संबंध :

दोन्ही प्रकारच्या बँका ग्राहक संबंध प्रस्थापित करण्यावर आणि राखण्यावर लक्ष केंद्रित करतात. पारंपरिक बँका शाखा संवादाद्वारे वैयक्तिक संबंधांवर जोर देतात, तर आधुनिक बँका वैयक्तिकृत सेवा प्रदान करण्यासाठी आणि ग्राहक प्रतिबद्धता राखण्यासाठी डिजिटल माध्यमांचा वापर करतात.

५) आर्थिक समावेशन :

दोन्ही प्रकारच्या बँकिंग संस्थांचे उद्दिष्ट ग्राहकांच्या विस्तृत श्रेणीसाठी वित्तीय सेवा प्रदान करणे आहे. ते आर्थिक समावेशनासाठी प्रयत्नशील आहेत, व्यक्ती, व्यवसाय आणि समुदायांना बँकिंग सेवा प्रदान करतात, जरी कार्यात्मक प्रारूपामधील फरकामुळे विविध प्रवेशयोग्यता असल्या तरी ही सामंत आढळून येते.

६) सुरक्षा उपाय :

पारंपरिक आणि आधुनिक दोन्ही बँका ग्राहकांच्या आर्थिक माहिती आणि व्यवहारांचे संरक्षण करण्यासाठी सुरक्षा उपायांना प्राधान्य देतात. आर्थिक व्यवहारांची सुरक्षितता सुनिश्चित करण्यासाठी ते विविध सुरक्षा प्रोटोकॉल, एन्क्रिप्शन पद्धती, फसवणूक शोध प्रणाली आणि प्रमाणीकरण प्रक्रिया वापरतात.

७) नफ्याचा हेतू :

पारंपरिक आणि आधुनिक दोन्ही बँका नफा कमावण्याच्या प्राथमिक ध्येयाने काम करतात. आर्थिक स्थिरता आणि नफा राखण्यासाठी जोखीम व्यवस्थापित करताना त्यांच्या गुंतवणूक, कर्जे आणि इतर वित्तीय सेवांवरील जास्तीत-जास्त परतावा मिळवण्याचे त्यांचे उद्दिष्ट असते.

८) आर्थिक व्यवहारातील मध्यस्थ :

दोन्ही प्रकारच्या बँका आर्थिक व्यवहारात मध्यस्थ म्हणून काम करतात. ते बचतकर्ता आणि कर्जदार यांच्यातील निधीचा प्रवाह सुलभ करतात, अर्थव्यवस्थेत तरलता आणि आर्थिक मध्यस्थता प्रदान करतात.

▷ १.२ गुंतवणूक बँकिंग :

गुंतवणूक बँकिंग हे एक विशेष आर्थिक क्षेत्र आहे जे प्रामुख्याने भांडवल उभारणी आणि कॉर्पोरेशन, सरकार आणि संस्थांसाठी आर्थिक सल्लागार सेवा सुलभ करण्यावर लक्ष केंद्रित करते. गुंतवणूक बँका ग्राहकांना प्रारंभिक सार्वजनिक ऑफरिंग (IPO) किंवा बाँड जारी करणे, तसेच विलीनीकरण आणि अधिग्रहण (M & A) सल्लागार सेवा, पुनर्रचना कौशल्य आणि धोरणात्मक आर्थिक मार्गदर्शन प्रदान करणे यासारख्या क्रियाकलापांद्वारे निधी उभारण्यास मदत करतात. या संस्था गुंतवणूकदारांना भांडवल शोधणाऱ्या संस्थांशी जोडण्यात महत्त्वाची भूमिका बजावतात आणि अनेकदा व्यापार व मालकीच्या व्यापार क्रियाकलापांमध्ये गुंततात. गुंतवणूक बँकिंग हे त्याच्या जटिल आर्थिक व्यवहारांसाठी, जोखीम व्यवस्थापनासाठी आणि धोरणात्मक नियोजनासाठी ओळखले जाते, ज्यामुळे ते जागतिक आर्थिक परिसंस्थेचा एक महत्त्वाचा घटक बनते.

१.२.१ अर्थ :

गुंतवणूक बँकिंग म्हणजे कॉर्पोरेशन, सरकार आणि संस्थांना विविध प्रकारच्या वित्तीय सेवा पुरवण्यावर प्रामुख्याने लक्ष केंद्रित करणारे विशेष आर्थिक क्षेत्र होय. या सेवांमध्ये विशेषत: ग्राहकांना प्रातिभितींचे जोखिमांकन करणे किंवा बंधपत्र जारी करणे, विलीनीकरण आणि अधिग्रहण सल्लागार सेवा देणे, धोरणात्मक आर्थिक मार्गदर्शन प्रदान करणे आणि जटिल आर्थिक व्यवहार सुलभ करणे यासारख्या क्रियाकलापांद्वारे भांडवल उभारण्यास मदत करणे समाविष्ट आहे. गुंतवणूक बँका भांडवल शोधणाऱ्या संस्थांना गुंतवणूकदारांशी जोडण्यात महत्त्वाची भूमिका बजावतात आणि वित्तीय बाजार, जोखीम व्यवस्थापन व गुंतागुंतीच्या करार रचनामधील त्यांच्या कौशल्यासाठी ओळखल्या जातात, ज्यामुळे त्या जागतिक आर्थिक उद्योगातील अविभाज्य स्पर्धक बनतात.

१.२.२ व्याख्या :

गुंतवणूक बँकिंगच्या व्याख्या खालीलप्रमाणे आहेत :

१) बेंजामिन ग्रॅहम :

"गुंतवणूक बँकिंग ही सर्वात कमी खर्चात पैसे मिळवण्याची कला आहे."

२) सेठ ए. क्लारमन :

"गुंतवणूक बँकिंगमध्ये व्यवसायांसाठी भांडवल वाढवणे, विलीनीकरण आणि अधिग्रहण, व्यापार प्रतिभूती, गुंतवणूक पोर्टफोलिओ व्यवस्थापित करणे आणि व्यवहारांची अंमलबजावणी करणे यांचा समावेश आहे."

३) जॉन सी. हल :

"गुंतवणूक बँकिंग हा बँकिंग आणि वित्तीय सेवांचा एक विशेष विभाग आहे जो प्रतिभूती जारी करताना जोखिमांकन किंवा मध्यस्थ म्हणून काम करून भांडवल उभारणीत कंपन्या आणि सरकारांना मदत करण्यावर लक्ष केंद्रित करतो."

४) फ्रँक जे. फॅबोझी :

"गुंतवणूक बँकिंग ही वित्तीय मध्यस्थ आहे जी कॉर्पोरेशन, सरकार आणि इतर संस्थांना कर्ज किंवा समहक्क प्रतिभूती जारी करून भांडवल उभारण्यास मदत करते."

१.२.३ गुंतवणूक बँकिंगची वैशिष्ट्ये :

गुंतवणूक बँकिंगची खालील वैशिष्ट्ये आहेत :

१) भांडवल उभारणी :

गुंतवणूक बँकिंगच्या मध्यवर्ती कार्यांपैकी एक म्हणजे विविध प्रकारच्या ग्राहकांसाठी भांडवल उभारणी सुलभ करणे. या प्रक्रियेत कंपन्यांना स्टॉक, बाँड किंवा इतर प्रतिभूती जारी करून वित्तपुरवठा सुरक्षित करण्यास मदत करणे समाविष्ट आहे. भांडवल उभारणीची प्रक्रिया कार्यक्षम आहे आणि नियामक आवश्यकतांचे पालन करते याची खात्री करून गुंतवणूक बँका जारीकर्ता (निधी उभारणारी संस्था) आणि गुंतवणूकदार यांच्यात मध्यस्थ म्हणून काम करतात.

२) जोखिमांकन :

गुंतवणूक बँका प्रतिभूती ऑफरमध्ये जोखिम स्वीकारणारे महत्त्वाची भूमिका बजावतात. जेव्हा एखादी कंपनी नवीन भाग किंवा बंधपत्रे जारी करण्याचा निर्णय घेते, तेव्हा या प्रतिभूतींचे गुंतवणूकदारांनी पूर्ण सदस्यत्व घेतले नसल्याचा धोका तिला असतो. जोखिमांकनामध्ये गुंतवणूक बँका या प्रतिभूती जारीकर्त्याकडून पूर्वनिश्चित किंमतीवर खरेदी करण्यासाठी वचनबद्ध असतात, अशाप्रकारे इश्यूशी संबंधित आर्थिक जोखीम गृहीत धरून हे केले जाते. नंतर, गुंतवणूक बँक या प्रतिभूती गुंतवणूकदारांना बाजारभावाने विकते. हे जोखिमांकन कार्य जारीकर्त्यांना त्यांच्या निधी उभारणीच्या प्रयत्नांमध्ये निश्चितता प्रदान करते.

४) विलीनीकरण आणि अधिग्रहण :

विलीनीकरण आणि अधिग्रहण प्रक्रियेच्या जगात गुंतवणूक बँका मध्यवर्ती कर्ते आहेत. विलीनीकरण, अधिग्रहण, विनियोग किंवा संयुक्त उपक्रम यासारख्या धोरणात्मक व्यवहारांचा विचार करून ते कंपन्यांना सल्लागार सेवा देतात. गुंतवणूक बँकर्स विलीनीकरण आणि अधिग्रहण प्रक्रियेच्या प्रत्येक टप्प्यात, प्रारंभिक धोरणात्मक नियोजन आणि लक्ष्य ओळखण्यापासून योग्य परिश्रम, मूल्यांकन, वाटाघाटी आणि करार रचनापर्यंत मदत करतात. त्यांचे कौशल्य ग्राहकास जास्तीत-जास्त मूल्य वाढविण्यास, जोखीम व्यवस्थापित करण्यास आणि विलीनीकरण आणि अधिग्रहण व्यवहारांच्या गुंतागुंतांवर समायोजित करण्यास मदत करते.

४) आर्थिक सल्लागार सेवा :

विलीनीकरण आणि अधिग्रहणाच्या पलीकडे गुंतवणूक बँका आर्थिक सल्लागार सेवांची विस्तृत श्रेणी प्रदान करतात. यामध्ये धोरणात्मक आर्थिक नियोजन, भांडवल वाटप, कॉर्पोरेट पुनर्रचना आणि कर्ज पुनर्वित्त यांचा समावेश होतो. ग्राहक त्यांच्या आर्थिक धोरणांना अनुकूल करण्यासाठी आणि त्यांची एकूण कॉर्पोरेट कामगिरी वाढवण्यासाठी तज्ञांच्या मार्गदर्शनासाठी गुंतवणूक बँकांवर अवलंबून असतात. या सेवा प्रत्येक ग्राहकाच्या अनन्य गरजा आणि उद्दिष्टांनुसार तयार केल्या आहेत.

५) व्यापार आणि विक्री :

अनेक गुंतवणूक बँका व्यापार केंद्रे चालवतात, जे आर्थिक साधनांच्या खरेदी आणि विक्रीमध्ये गुंतलेले असतात. या साधनांमध्ये भाग, बंधपत्रे, व्युत्पत्र, परदेशी चलने आणि वस्तू यांचा समावेश होतो. संस्थात्मक आणि किरकोळ ग्राहकांसाठी व्यवहार सुलभ करून गुंतवणूक बँका बाजाराला तरलता प्रदान करतात. त्या व्यापारी आणि विक्री व्यावसायिकांना नियुक्त करतात जे ग्राहकांच्या वतीने व्यवहार करण्यासाठी, पोर्टफोलिओ व्यवस्थापित करण्यासाठी आणि बाजाराविषयी माहिती प्रदान करण्यासाठी त्यांच्या बाजारातील कौशल्याचा फायदा घेतात.

६) संशोधन आणि विश्लेषण :

गुंतवणूक बँका समर्पित संशोधन विभाग सांभाळतात जे कंपन्या, उद्योग आणि वित्तीय बाजारांचे सखोल विश्लेषण करतात. समभाग संशोधन विश्लेषक सार्वजनिकरित्या व्यापार केलेल्या कंपन्यांच्या मूलभूत गोष्टींचे विच्छेदन

करण्यावर लक्ष केंद्रित करतात, गुंतवणूकदारांना विशिष्ट भाग विकत घ्यायचा, ठेवायचा किंवा विकायचा याबद्दल शिफारसी देतात. निश्चित-उत्पन्न विश्लेषक पत जोखमीचे मूल्यांकन करतात आणि रोखे व कर्ज बाजाराविषयी माहिती प्रदान करतात. हे संशोधन अहवाल गुंतवणूकदारांसाठी अमूल्य साधने आहेत आणि गुंतवणूक निर्णयांची माहिती देतात.

७) जोखीम व्यवस्थापन :

गुंतवणूक बँका ग्राहकांना व्याजदर जोखीम, चलन जोखीम, वस्तूंच्या किमतीची जोखीम आणि बाजारातील अस्थिरता यासारख्या विविध आर्थिक जोखीम व्यवस्थापित करण्यास मदत करतात. ते व्युत्पन्न, पर्याय आणि इतर आर्थिक साधनांद्वारे हेजिंग उपयांची श्रेणी प्रदान करतात. ग्राहकांना जोखीम कमी करण्यात मदत करून गुंतवणूक बँका अनिश्चित आर्थिक वातावरणात कार्यरत व्यवसायांसाठी अधिक आर्थिक स्थिरता आणि सुरक्षिततेसाठी योगदान देतात.

८) खाजगी समहक्क आणि साहसी भांडवल :

काही गुंतवणूक बँकांमध्ये खाजगी समहक्क आणि साहसी भांडवलासाठी समर्पित विशेष विभाग आहेत. हे विभाग कंपन्यांमधील थेट गुंतवणुकीत सहभागी होतात किंवा ग्राहकांना खाजगी समहक्क किंवा साहसी भांडवल वित्तपुरवठा सुरक्षित करण्यास मदत करतात. या क्षेत्रातील गुंतवणूक बँका अनेकदा गुंतवणुकीवरील जास्तीत-जास्त परतावा मिळवण्याच्या उद्देशाने पोर्टफोलिओ कंपन्यांच्या व्यवस्थापन आणि प्रशासनामध्ये सक्रिय भूमिका घेतात.

९) जागतिक उपस्थिती :

अग्रगण्य गुंतवणूक बँकांची जागतिक उपस्थिती असून त्या जगभरातील प्रमुख वित्तीय केंद्रांमध्ये कार्यालये सांभाळतात. ही जागतिक पोहोच त्यांना बहुराष्ट्रीय ग्राहकांना प्रभावीपणे सेवा देण्यास, विविध बाजारपेठांमध्ये प्रवेश प्रदान करण्यास आणि जागतिक स्तरावर संधी मिळविण्यास चालना देते. आजच्या परस्पर जोडलेल्या आर्थिक परिदृश्यात जागतिक उपस्थिती आवश्यक आहे.

१०) नियमन आणि अनुपालन :

गुंतवणूक बँकिंग अत्यंत नियमन केलेल्या वातावरणात चालते. आर्थिक नियमांची रचना ही पारदर्शकता सुनिश्चित करण्यासाठी, गुंतवणूकदारांचे संरक्षण करण्यासाठी आणि वित्तीय बाजारांची स्थिरता राखण्यासाठी केली गेली आहे. गुंतवणूक बँकांनी नियमांच्या जटिल जाळ्याचे पालन केले पाहिजे, जसे की भांडवल पर्याप्ततेसाठी बेसल खखख, डेरिव्हेटिव्ह ट्रेडिंगसाठी डॉड-फ्रँक आणि प्रतिभूती जारी करणारे व व्यापार नियंत्रित करणारे प्रतिभूती कायदे. हे नियामक परिप्रेक्ष यशस्वीपणे समायोजित करण्यासाठी अनुपालन आणि जोखीम व्यवस्थापन हे सर्वो परि आहे.

१.२.४ गुंतवणूक बँकिंगचे महत्त्व :

गुंतवणूक बँकिंगचे महत्त्व खालीलप्रमाणे आहे :

१) भांडवल उभारणी :

गुंतवणूक बँका व्यवसाय आणि सरकारांसाठी भांडवल उभारणीसाठी महत्त्वपूर्ण भूमिका बजावतात. त्या भाग आणि बंधपत्रे सारख्या प्रतिभूती जारी करणे, कंपन्यांना विस्तार, संशोधन आणि विकास व इतर धोरणात्मक उपक्रमांसाठी आवश्यक असलेल्या निधीमध्ये प्रवेश करण्यास सक्षम करतात. या भांडवलामुळे आर्थिक वृद्धी आणि रोजगार निर्मितीला चालना मिळते.

२) विलीनीकरण आणि अधिग्रहण सल्लागार :

गुंतवणूक बँका मालमत्तेची खरेदी किंवा विक्री, इतर कंपन्यांमध्ये विलीनीकरण किंवा त्यांच्या कामकाजाची पुनर्रचना करू इच्छिणाऱ्या कॉर्पोरेशन्सना विलीनीकरण आणि अधिग्रहण सल्लागार सेवा प्रदान करतात. या व्यवहारांचा व्यवसायाच्या लँडस्केपवर खोलवर परिणाम होतो, ज्यामुळे कंपन्यांना त्यांची बाजारपेठ वाढवता येते, कार्यक्षमता वाढवता येते आणि समन्वय खुला करता येतो. गुंतवणूक बँका ग्राहकांना मूल्यांकनापासून वाटाघाटी आणि करार रचणेपर्यंत विलीनीकरण आणि अधिग्रहणाच्या जटिल प्रक्रियेशी समायोजित करण्यात मदत करतात.

३) कॉर्पोरेट पुनर्रचना :

आर्थिक संकटाच्या काळात कंपन्यांना त्यांची आर्थिक स्थिती सुधारण्यासाठी पुनर्रचनेची आवश्यकता असते. कर्जाची पुनर्रचना, दिवाळखोरीची कार्यवाही आणि कार्यवाही रणनीती याबाबत सल्ला देण्यात गुंतवणूक बँका महत्त्वपूर्ण भूमिका बजावतात. नोकऱ्या टिकवण्यासाठी, कर्जदारांच्या हितसंबंधांचे संरक्षण करण्यासाठी आणि अडचणीत सापडलेल्या व्यवसायांचे पुनरुज्जीवन करण्यासाठी हे कौशल्य आवश्यक असते.

४) जोखिमांकन सेवा :

गुंतवणूक बँका विविध प्रकारच्या प्रतिभूती प्रदान करण्यासाठी जोखिमांकन म्हणून काम करतात. ते जारीकर्त्यांकडून प्रतिभूती खरेदी करणे आणि गुंतवणूकदारांना त्यांची पुनर्विक्री करण्याशी संबंधित जोखीम गृहीत धरतात. ही जोखिमांकन सेवा हे सुनिश्चित करते की कंपन्या त्यांच्या प्रतिभूती प्रभावीपणे बाजारात आणू शकतात आणि एक गंभीर जोखीम-व्यवस्थापन सेवा प्रदान करताना भांडवलात प्रवेश करू शकतात.

५) बाजारपेठ निर्मिती :

गुंतवणूक बँका बाजारपेठ निर्मितीच्या क्रियाकलापांमध्ये गुंततात, वित्तीय बाजारांना तरलता प्रदान करतात. ते प्रतिभूतींची खरेदी आणि विक्री सुलभ करतात, बाजार कार्यक्षम आणि सुलभ राहतील याची खात्री करतात. बाजार निर्माते बिड-आस्क तफावत कमी करण्यास, किंमतीतील अस्थिरता कमी करण्यास आणि किंमत शोधांना प्रोत्साहन देण्यासाठी महत्त्वपूर्ण भूमिका बजावतात.

६) संशोधन आणि विश्लेषण :

गुंतवणूक बँका विश्लेषकांच्या संघांना नियुक्त करतात जे कंपन्या, उद्योग आणि बाजारपेठांवर सखोल संशोधन आणि विश्लेषण देतात. त्यांचे संशोधन अहवाल आणि माहिती गुंतवणूकदारांसाठी मौल्यवान असते जी त्यांना माहितीपूर्ण निर्णय घेण्यास मदत करते. गुंतवणूक बँकेचे संशोधन बाजाराला पारदर्शकता आणि माहिती प्रदान करून भांडवलाचे कार्यक्षम वाटप करण्यात देखील योगदान देते.

७) जोखीम व्यवस्थापन :

गुंतवणूक बँका कॉर्पोरेशन आणि संस्थात्मक ग्राहकांना जोखीम व्यवस्थापन उपाय प्रदान करतात. या उपायांमध्ये डेरिव्हेटिव्हज, हेजिंग स्ट्रॅटेजीज आणि विमा उत्पादने समाविष्ट आहेत जी ग्राहकांना व्याजदर, चलन आणि वस्तूंच्या किमतीतील चढउतार यासारख्या विविध जोखमींचे व्यवस्थापन करण्यास मदत करतात. व्यवसायांना त्यांच्या आर्थिक स्थिरतेचे रक्षण करण्यासाठी प्रभावी जोखीम व्यवस्थापन महत्त्वाचे आहे.

८) जागतिक भांडवल प्रवाह :

गुंतवणूक बँका जागतिक स्तरावर कार्य करतात, सीमापार भांडवल प्रवाह आणि आंतरराष्ट्रीय गुंतवणूक सुलभ करतात. त्या ग्राहकांना परदेशी बाजारपेठेत प्रवेश करण्यासाठी, आंतरराष्ट्रीय स्तरावर भांडवल उभारण्यात आणि जटिल नियामक वातावरणाशी समाजोजित करण्यास मदत करतात. ही जागतिक पोहोच आर्थिक जागतिकीकरण आणि एकात्मता वाढवते.

९) नवोपक्रम आणि आर्थिक अभियांत्रिकी :

गुंतवणूक बँका आर्थिक नवकल्पना आणि अभियांत्रिकीचे केंद्र आहेत. ते ग्राहक आणि गुंतवणूकदारांच्या विकसित गरजा पूर्ण करणारी जटिल आर्थिक उत्पादने आणि संरचना विकसित करतात. संपार्श्विक कर्ज दायित्वे (CDOs), एक्सचेंज-ट्रेडेड फंड (ETF) आणि संरचित उत्पादनांनी आर्थिक परिदृश्य बदलले आहे आणि गुंतवणुकीच्या संधींचा विस्तार केला आहे.

१०) आर्थिक वृद्धी आणि स्थिरता :

गुंतवणूक बँकांच्या क्रियाकलापांचा एकूण आर्थिक वृद्धी आणि स्थिरतेशी जवळचा संबंध आहे. भांडवल निर्मिती सुलभ करून, विलीनीकरण आणि अधिग्रहण क्रियाकलापांना समर्थन देऊन तसेच जोखीम व्यवस्थापन साधने प्रदान करून गुंतवणूक बँका आर्थिक विकासात योगदान देतात. त्या जोखमीचे मूल्यांकन आणि व्यवस्थापन करून, वित्तीय बाजारांचे योग्य कार्य सुनिश्चित करून आर्थिक संकटे रोखण्यात देखील भूमिका बजावतात.

▷ १.३ संपत्ती व्यवस्थापन :

संपत्ती व्यवस्थापन ही एक सर्वसमावेशक वित्तीय सल्लागार सेवा आहे ज्यामध्ये गुंतवणूक व्यवस्थापन, वित्तीय नियोजन आणि व्यक्ती व कुटुंबांना त्यांच्या संपत्तीची वृद्धी, जतन आणि व्यवस्थापित करण्यात मदत करण्यासाठी वैयक्तिकृत मार्गदर्शन समाविष्ट आहे. संपत्ती व्यवस्थापक ग्राहकाची आर्थिक उद्दिष्टे, जोखीम सहनशीलता आणि अद्वितीय परिस्थिती समजून घेण्यासाठी, जोखीम कमी करताना परतावा अनुकूल करण्यासाठी अनुकूल गुंतवणूक पोर्टफोलिओ आणि वित्तीयधोरणे तयार करण्यासाठी त्यांच्याशी जवळून काम करतात. हे व्यावसायिक विविध मालमत्ता वर्ग, कर नियोजन, इस्टेट नियोजन, सेवानिवृत्ती नियोजन आणि इतर संपत्ती-संबंधित बाबींमध्ये कौशल्य प्रदान करतात, ज्याचे उद्दिष्ट ग्राहकांच्या दीर्घकालीन उद्दिष्टांशी जुळणारे समग्र आर्थिक समाधान प्रदान करणे, शेवटी त्यांना आर्थिक सुरक्षितता आणि त्यांच्या इच्छेनुसार साध्य करण्यात मदत करणे.

१.३.१ अर्थ :

संपत्ती व्यवस्थापन हे व्यावसायिक वित्तीय सल्लागार आणि धोरणात्मक नियोजन सेवांचा संदर्भ देते ज्याचा उद्देश उच्च-निव्वळ व्यक्ती, कुटुंबे आणि संस्थांना त्यांची मालमत्ता, गुंतवणूक आणि एकूणच आर्थिक कल्याण प्रभावीपणे व्यवस्थापित करण्यास आणि पर्याप्त करण्यास मदत करणे हा आहे. यामध्ये गुंतवणूक पोर्टफोलिओ व्यवस्थापन, वित्तीय नियोजन, मालमत्ता नियोजन, कर पर्याप्तता, जोखीम व्यवस्थापन आणि सेवानिवृत्ती नियोजन यासारख्या सेवांच्या विस्तृत संचाचा समावेश आहे. संपत्ती व्यवस्थापनाचे प्राथमिक उद्दिष्ट एक सानुकूलित आणि सर्वसमावेशक वित्तीय धोरण तयार करणे आहे जे ग्राहकांच्या विशिष्ट आर्थिक उद्दिष्टे आणि आकांक्षांशी सरेखित करते आणि वेळोवेळी विवेकपूर्ण संपत्तीचे संरक्षण आणि वाढ सुनिश्चित करते, बहुतेक वेळा विशेष संपत्ती व्यवस्थापक किंवा सल्लागार संस्थांद्वारे ते प्रदान केले जाते.

१.३.२ व्याख्या :

संपत्ती व्यवस्थापनाच्या व्याख्या खालीलप्रमाणे आहेत :

१) रॉजर सी. गिब्सन :

''संपत्ती व्यवस्थापन ही संपत्ती व्यवस्थापित करण्यासाठी एकात्मिक प्रक्रिया आहे ज्यामध्ये गुंतवणूक, कर, मालमत्ता नियोजन आणि जोखीम व्यवस्थापन यांचा समावेश आहे.''

२) जीन एलपी ब्रुनेल :

''संपत्ती व्यवस्थापन ही समन्वित मार्गाने योग्य वित्तीय उत्पादने आणि सेवा प्रदान करून संपन्न ग्राहकांच्या गरजा आणि उद्दिष्टे पूर्ण करण्यासाठी एक व्यापक आणि सल्लागार प्रक्रिया आहे.''

३) राल्फ एस. ब्लॉक :

''संपत्ती व्यवस्थापन म्हणजे प्रक्रिया-आधारित वित्तीय नियोजन आणि गुंतवणूक सल्लागार दृष्टीकोन, सर्वसमावेशक सल्ला, शिस्तबद्ध गुंतवणूक व्यवस्थापन आणि प्रभावी अंमलबजावणी धोरणाचा वापर होय.''

४) मायकेल जे. नॅथन्सन :

''संपत्ती व्यवस्थापन ही एक अशी व्यावसायिक सेवा आहे, जी वित्तीय आणि गुंतवणुकीचा सल्ला, लेखा आणि कर सेवा, सेवानिवृत्ती नियोजन व मालमत्ता नियोजन एकत्र करते.''

५) मेरी रोलँड :

''संपत्ती व्यवस्थापन ही अशी एक सल्लागार प्रक्रिया आहे, ज्याद्वारे सल्लागार ग्राहकाकडून आवश्यक वित्तीय माहिती गोळा करतो, त्याचे विश्लेषण करतो आणि ग्राहकास आर्थिक आणि गुंतवणुकीचे निर्णय घेऊन सर्वोत्कृष्ट लक्ष्य साध्य करण्यासाठी मदत करतो.''

१.३.३ संपत्ती व्यवस्थापनाची वैशिष्ट्ये :

संपत्ती व्यवस्थापन हे एक व्यापक आणि गुंतागुंतीचे क्षेत्र आहे ज्यामध्ये एखाद्या व्यक्तीच्या किंवा कुटुंबाच्या वित्तीय मालमत्तेचे व्यवस्थापन आणि वृद्धी समाविष्ट असते. संपत्ती व्यवस्थापनाची वैशिष्ट्ये खालीलप्रमाणे आहेत :

१) समग्र वित्तीय नियोजन :

संपत्ती व्यवस्थापन हे सर्वांगीण आर्थिक नियोजनावर केंद्रित आहे. यामध्ये एखाद्या व्यक्तीची किंवा कुटुंबाची वित्तीय परिस्थिती, उद्दिष्टे आणि जोखीम सहनशीलतेचे सर्वसमावेशक मूल्यांकन समाविष्ट आहे. या नियोजनामध्ये गुंतवणूक, कर, मालमत्ता नियोजन, विमा आणि सेवानिवृत्ती नियोजन यांचा समावेश होतो, ज्यामुळे संपत्ती जतन करण्यासाठी आणि वृद्धीसाठी एक चांगला दृष्टिकोन सुनिश्चित होतो.

२) ग्राहक-केंद्रित दृष्टीकोन :

संपत्ती व्यवस्थापन अत्यंत वैयक्तिकृत आणि ग्राहक-केंद्रित आहे. सल्लागार ग्राहकांना त्यांची अनन्य वित्तीय उद्दिष्टे समजून घेण्यासाठी आणि त्यानुसार धोरणे तयार करण्यासाठी त्यांच्याशी जवळून काम करतात. हे एकाम ागोमाग एक नातेसंबंध विश्वास वाढवते आणि सल्लागारांना अनुकूल समाधान प्रदान करण्यास सक्षम करते.

३) वैविध्यपूर्ण गुंतवणूक धोरणे :

संपत्ती व्यवस्थापकी जोखीम व्यवस्थापित करताना परतावा इष्टतम करण्यासाठी विविध गुंतवणूक धोरणे वापरतात. यामध्ये स्टॉक, बाँड, रिअल इस्टेट, खाजगी इक्विटी आणि हेज फंड यासारख्या पर्यायी गुंतवणुकीसारख्या विविध वर्गांमध्ये मालमत्ता वाटप करणे समाविष्ट आहे. विविधीकरणामुळे बाजारातील अस्थिरतेशी संबंधित जोखीम कमी करण्यास मदत होते.

४) जोखीम व्यवस्थापन :

जोखीम कमी करणे हे संपत्ती व्यवस्थापनाचे मुख्य वैशिष्ट्य आहे. सल्लागार ग्राहकांच्या जोखीम सहिष्णुतेचे मूल्यांकन करतात आणि गुंतवणूक पोर्टफोलिओ तयार करतात जे त्यांच्या आराम पातळीशी जुळतात. यामध्ये मालमत्ता वाटप, नियतकालिक पुनर्संतुलन आणि हेजिंग तंत्रांचा वापर यासारख्या धोरणांचा समावेश असतो.

५) कर पर्याप्तीकरण :

संपत्ती व्यवस्थापक कर कायदे आणि नियमांमध्ये चांगले पारंगत असतात. ग्राहकांच्या संपत्तीवरील कराचा बोजा कमी करण्यासाठी ते कर-कार्यक्षम गुंतवणूक धोरणे तयार करतात. यामध्ये भांडवली नफा पर्याप्त करणे, कर-विलंबित खाती वापरणे आणि कर-तोटा कपात वापरणे समाविष्ट आहे.

६) मालमत्ता नियोजन :

भावी पिढ्यांना संपत्तीचे सुरळीत हस्तांतरण सुनिश्चित करणे हा संपत्ती व्यवस्थापनाचा एक महत्त्वाचा घटक आहे. सल्लागार ग्राहकाला मालमत्ता नियोजन तयार करण्यास मदत करतात; जे मालमत्ता कर कमी करतात, मालमत्तेचे वितरण सुलभ करतात आणि कौटुंबिक वारसा संरक्षित करतात. ट्रस्ट आणि इतर मालमत्ता नियोजन साधने बहुतेकदा या उद्देशासाठी वापरली जातात.

७) सेवानिवृत्ती नियोजन :

संपत्ती व्यवस्थापनामध्ये ग्राहकांना आरामदायी आणि सुरक्षित सेवानिवृत्ती मिळावी यासाठी सर्वसमावेशक सेवानिवृत्ती नियोजन समाविष्ट असते. सल्लागार ग्राहकांना सेवानिवृत्तीची उद्दिष्टे निश्चित करण्यास, निवृत्तीच्या खर्चाचा अंदाज लावण्यास आणि सेवानिवृत्तीसाठी पुरेशी मालमत्ता जमा करण्यासाठी धोरणे तयार करण्यास मदत करतात.

८) उत्पन्न वितरण :

सेवानिवृत्तांसाठी उत्पन्नाच्या प्रवाहांचे व्यवस्थापन करणे आवश्यक असते. संपत्ती व्यवस्थापक उत्पन्नाचे वितरण पर्याप्त करण्यासाठी धोरणे विकसित करतात, ज्यामध्ये विविध गुंतवणूक खाती, निवृत्तीवेतन आणि सामाजिक सुरक्षा फायदे कर-कार्यक्षम पद्धतीने काढणे समाविष्ट असते.

९) नियमित कामगिरी देखरेख :

संपत्ती व्यवस्थापक ग्राहकांच्या पोर्टफोलिओच्या कामगिरीचे सतत निरीक्षण करतात आणि आवश्यकतेनुसार धोरणे समायोजित करतात. ते ग्राहकांना त्यांच्या गुंतवणुकीच्या प्रगतीबद्दल माहिती देतात आणि आर्थिक योजना विकसित होत असलेल्या उद्दिष्टांशी आणि बाजाराच्या परिस्थितीशी सुसंगत राहतील याची खात्री करतात.

१०) तंत्रज्ञान एकत्रीकरण :

डिजिटल युगात तंत्रज्ञान हे संपत्ती व्यवस्थापनात महत्त्वपूर्ण भूमिका बजावते. ग्राहकांना त्यांच्या पोर्टफोलिओचे निरीक्षण करण्यासाठी आणि सल्लागारांशी संवाद साधण्यासाठी ऑनलाइन प्लॅटफॉर्म आणि मोबाइल ॲप्समध्ये प्रवेश प्राप्त आहे. रोबो-सल्लागार, अल्गोरिदम आणि कृत्रिम बुद्धिमत्तेद्वारे समर्थित, स्वयंचलित गुंतवणूक व्यवस्थापन सेवा देखील देतात.

१.३.४ संपत्ती व्यवस्थापनाचे महत्त्व :

संपत्ती व्यवस्थापनाचे महत्त्व खालीलप्रमाणे आहे :

१) संपत्ती जतन :

संपत्ती व्यवस्थापनाच्या प्राथमिक उद्दिष्टांपैकी एक म्हणजे काळाच्या ओघात जमा झालेल्या श्रीमंत व्यक्ती आणि कुटुंबांचे जतन करणे. संपत्ती संरक्षणामध्ये बाजारातील अस्थिरता, चलनवाढ आणि अनपेक्षित आर्थिक अडथळे यासारख्या जोखमींपासून मालमत्तेचे संरक्षण करण्याच्या धोरणांचा समावेश असतो. आर्थिक सुरक्षितता राखण्यासाठी आणि दीर्घकालीन आर्थिक उद्दिष्टे साध्य करण्यासाठी हे आवश्यक आहे.

२) ध्येय साध्य :

संपत्ती व्यवस्थापन व्यक्तींना त्यांची आर्थिक उद्दिष्टे परिभाषित करण्यास आणि साध्य करण्यास मदत करते. सेवानिवृत्तीसाठी बचत करणे, शिक्षणासाठी निधी देणे, घर खरेदी करणे किंवा व्यवसाय सुरू करणे असो, संपत्ती व्यवस्थापक वैयक्तिकृत आर्थिक योजना तयार करतात ज्या त्यांच्या ग्राहकांच्या उद्दिष्टांशी जुळतात. या योजना व्यक्तींसाठी त्यांच्या आकांक्षा आणि स्वप्ने साकार करण्यासाठी रूपरेषा म्हणून काम करतात.

३) गुंतवणूक व्यवस्थापन :

संपत्ती व्यवस्थापक गुंतवणुकीच्या निर्णयांवर तज्ञांचे मार्गदर्शन देतात. ते त्यांच्या ग्राहकाची जोखीम सहनशीलता, वेळ क्षितिज आणि आर्थिक उद्दिष्टे यांना अनुसरून गुंतवणूक पोर्टफोलिओ तयार करतात. प्रभावी गुंतवणूक व्यवस्थापनाचे उद्दिष्ट आहे की भरीव तोटा टाळण्यासाठी जोखीम व्यवस्थापित करताना महागाईपेक्षा जास्त परतावा निर्माण करणे.

४) विविधीकरण :

वैविध्यता हा संपत्ती व्यवस्थापनाचा पाया आहे. वेल्थ मॅनेजर जोखीम कमी करण्यासाठी विविध मालमत्ता वर्ग, उद्योग आणि भौगोलिक प्रदेशांमध्ये गुंतवणूक पसरवतात. ही रणनीती खराब कामगिरी करणाऱ्या गुंतवणुकीचा प्रभाव कमी करते आणि सातत्यपूर्ण परताव्याची क्षमता वाढवते.

५) कर पर्याप्तीकरण :

करांमुळे कालांतराने संपत्तीची लक्षणीय घट होऊ शकते. भांडवली नफ्यावरील कर, आयकर आणि मालमत्ता कर यासारखी कर दायित्वे कमी करण्यासाठी संपत्ती व्यवस्थापक कर–कार्यक्षम धोरणे वापरतात. या धोरणांमध्ये कर–फायद्याची खाती, कर–तोटा कपात आणि धर्मादाय देणग्या यांचा समावेश असतो.

६) जोखीम व्यवस्थापन :

संपत्ती व्यवस्थापनामध्ये सर्वसमावेशक जोखीम व्यवस्थापनाचा समावेश होतो. यामध्ये बाजारातील जोखीम, पत जोखीम आणि तरलता जोखीम यासारख्या विविध जोखमींचे मूल्यांकन करणे आणि त्या कमी करणे समाविष्ट आहे. अनपेक्षित घटना आणि आर्थिक मंदीपासून संपत्तीचे संरक्षण करणे हे जोखीम व्यवस्थापन धोरणाचे उद्दिष्ट आहे.

७) मालमत्ता नियोजन :

संपत्तीचे नियोजन हे संपत्ती व्यवस्थापनाचा एक महत्त्वाचा पैलू आहे. यामध्ये मालमत्ता कर आणि प्रशासकीय खर्च कमी करताना वारस आणि लाभार्थ्यांना मालमत्तेचे व्यवस्थित हस्तांतरण समाविष्ट आहे. योग्य मालमत्ता नियोजन हे सुनिश्चित करते की एखाद्याच्या संपत्तीचे त्यांच्या इच्छेनुसार वितरण केले जाते आणि भविष्यातील पिढ्यांना आर्थिक कल्याण प्रदान करते.

८) सेवानिवृत्ती नियोजन :

निवृत्ती नियोजनामध्ये संपत्ती व्यवस्थापकांची मध्यवर्ती भूमिका असते. ते ग्राहकांना त्यांची सेवानिवृत्तीची उद्दिष्टे निश्चित करण्यास, सेवानिवृत्तीच्या खर्चाचा अंदाज लावण्यास आणि आर्थिकदृष्ट्या सुरक्षित सेवानिवृत्ती सुनिश्चित करण्यासाठी बचत आणि गुंतवणूक धोरणे तयार करण्यास मदत करतात. हे विशेषतः महत्वाचे आहे कारण व्यक्ती त्यांच्या स्वतःच्या सेवानिवृत्ती बचतीसाठी वाढत्या प्रमाणावर अवलंबून असतात.

९) दानधर्म :

संपत्ती व्यवस्थापनामध्ये परोपकारी उद्दिष्टे समाविष्ट असतात. श्रीमंत व्यक्ती अनेकदा धर्मादाय दानाद्वारे सकारात्मक प्रभाव पाडू इच्छितात. संपत्ती व्यवस्थापक ग्राहकांना धर्मादाय देणग्या कार्यक्षमतेने संरचित करण्यास, त्यांच्या

धर्मादाय वजावटीला जास्तीत जास्त मदत करतास आणि त्यांची मूल्ये व वित्तीय उद्दिष्टे यांच्याशी जुळणारी परोपकारी धोरणे तयार करतात.

१०) मानसिक शांती आणि आर्थिक आत्मविश्वास :

संपत्ती व्यवस्थापनाचा सर्वात अमूर्त परंतु महत्त्वाचा पैलू म्हणजे ते प्रदान करणारी मनःशांती. आपले आर्थिक व्यवहार सक्षम हातात आहेत हे जाणून घेतल्याने तणाव आणि चिंता कमी होऊ शकते. संपत्ती व्यवस्थापनामुळे व्यक्तींमध्ये आत्मविश्वास निर्माण होतो, ज्यामुळे त्यांना आर्थिक बाबींची चिंता न करता त्यांच्या आवडी आणि प्राधान्यांवर लक्ष केंद्रित करता येते.

▷ १.४ विमा उत्पादने आणि सेवा :

विमा उत्पादने आणि सेवांमध्ये आर्थिक जोखीम कमी करण्यासाठी तसेच व्यक्ती, व्यवसाय आणि मालमत्तेला संरक्षण देण्यासाठी तयार केलेल्या सेवांच्या विस्तृत श्रेणीचा समावेश होतो. या सेवांमध्ये जीवन विमा समाविष्ट असतो, जो विमाधारकाचा मृत्यू झाल्यास लाभार्थ्यांना आर्थिक सुरक्षा प्रदान करतो. वैद्यकीय खर्च आणि आरोग्यसेवा संबंधित खर्च समाविष्ट असणारा आरोग्य विमा असतो. मालमत्तेचे नुकसान आणि जखम किंवा हानीसाठी दायित्वापासून संरक्षण देण्यासाठी मालमत्ता आणि अपघाती विमा असतो. अपघात किंवा चोरीच्या बाबतीत आर्थिक संरक्षण सुनिश्चित करण्यासाठी वाहन विमा असतो. विविध विशेष विमा, जसे की अपंगत्व विमा, प्रवास विमा आणि पाळीव प्राणी विमा, सर्व विशिष्ट जोखीम आणि गरजा पूर्ण करण्यासाठी तयार केलेले असतात. दाव्यांची प्रक्रिया, जोखीम मूल्यांकन, धोरण सानुकूलन आणि सल्लागार सेवा समाविष्ट करण्यासाठी विमा सेवा धोरण जारी करण्यापलीकडे विस्तारित आहेत, व्यक्ती आणि संस्थांना त्यांचे आर्थिक कल्याण आणि मनःशांती सुरक्षित ठेवण्यासाठी माहितीपूर्ण निर्णय घेण्यास मदत करतात.

१.४.१ आयुर्विमा :

विमा घेतलेली व्यक्ती किंवा विमाधारक व विमा कंपनी या दोहोंमधील करार म्हणजे आयुर्विमा होय. या करारानुसार विमाधारकाचा मृत्यू झाल्याने कराराप्रमाणे ठरलेली रक्कम लाभ म्हणून वारसदारांना अदा करण्याचे अभिवचन विमा कंपनी देत असते. तसेच लहान-मोठ्या, साध्य-असाध्य आजारांमध्ये सुद्धा रक्कम देय असते. विमाधारक नियमित किंवा एकरकमी विम्याचा हप्ता भरत असतो. कधी कधी अंत्यसंस्काराचा खर्च या सारखे खर्च सुद्धा विम्याच्या लाभात अंर्तभूत असतात. स्थावर मालमत्तेच्या वाढीमध्ये आयुर्विमा महत्त्वाची भूमिका बजावित असते. आयुर्विम्याशिवाय कर्जपुरवठा करणारे घटक घरासाठी कर्जपुरवठा करण्यास इच्छुक नसतात. कारण आयुर्विम्या शिवाय कर्जपुरवठ्याच्या रुपाने केलेल्या गुंतवणूकीतून तोटाच होण्याची जोखीम मोठी असते. वित्तसहाय्या शिवाय फार थोड्या लोकांना घर घेणे शक्य होते. त्यामुळे देशाच्या आर्थिक विकासाच्या दरवाढीतील आयुर्विमा हा फार मोठा घटक ठरतो. विमा पत्रानुसार विमा धारक व्यक्तिचा नैसर्गिक अथवा अपघाती मृत्यू झाल्यास किंवा प्रसंगोचित आजाराला त्यास सामोरे जावे लागले तर अशा प्रसंगात आयुर्विमा लाभदायी ठरतो.

अ) अर्थ :

आयुर्विम्यामध्ये विमाधारक हप्त्यांच्या रुपाने निश्चित अशी रक्कम हप्त्याच्या रुपाने विमाकंपनीकडे भरत असतो. या हप्त्याच्या रकमेच्या बदल्यात निश्चित असलेला कालावधी किंवा विमाधारकाचा मृत्यू जी बाब आधी असते, त्यावेळी निश्चित केलेली रक्कम विमाधारक किंवा त्याच्या वारसदार यास अदा करण्याचे अभिवचन विमा कंपनी देत असते. आयुर्विम्यामध्ये संरक्षण व गुंतवणूक अशा दोन्हीं बाबी अंर्तभूत असतात विम्याची मूदतपूर्ती

झाल्यानंतर मिळणारी एकरकमी विशिष्ट रक्कम म्हणजे गुंतवणूकीची बाब असते. भारतामध्ये आयुर्विम्याचे संयोजन भारतीय आयुर्विमा महामंडळाचे (L.I.C.) माध्यमातून होत असते.

ब) व्याख्या :

आयुर्विम्याच्या व्याख्यापुढीलप्रमाणे सांगता येतील :

१) आयुर्विमा कायद्यानुसार :

''मानवी जीवना संबंधित व्यवसाय करणे, म्हणजे आयुर्विमा व्यवसाय असे आपण म्हणू शकतो.''

२) एच्.मॅगी :

''विमापत्रानुसार विमाधारक लाभार्थी व्यक्तिचा मृत्यू अथवा विशिष्ट घटना घडल्यानंतर निश्चित असलेली रक्कम विमाधारकाने भरलेल्या विम्याच्या हप्त्याच्या बदल्यात देण्याचे विमा कंपनीने लिखित स्वरुपात दिलेली अभिवचन म्हणजे आयुर्विमा होय.''

३) प्रा. मिश्रा :

''आयुर्विमा हा असा एक करार आहे की, ज्यात विमेकरी विमेदाराने दिलेल्या विमा हप्त्याच्या बदल्यात विमेदाराच्या मृत्यूनंतर किंवा विम्याची मुदत पूर्ण झाल्यानंतर ठरावीक रक्कम देण्याची हमी देतो.''

क) आयुर्विम्याचे स्वरूप :

आयुर्विम्याचे स्वरूप पुढीलप्रमाणे सांगता येईल :

१) भविष्यकाळातील बचत :

प्रत्येक व्यक्ती वयाची साठ वर्षे पूर्ण झाल्यावर नोकरीतून निवृत्त होते व व्यक्तीचे अर्थाजन कमी होते; परंतु गरजा कमी होत नाही. निवृत्तीनंतर स्वत:च्या आर्थिक आयुष्याबरोबर मुला-मुलींच्या भविष्याचा विचार करावा लागतो. पेन्शन देखील कमी मिळते व निवृत्तीनंतर नियमित उत्पन्नाची किंवा मोठी रक्कम मिळण्याची सोय होणे शक्य नसते. त्यामुळे भविष्यकाळातील बचतीसाठी आयुर्विम्याची गरज असते. आयुर्विमा घेतला असेल तर भविष्यकाळातील सर्व चिंता दूर होतात.

२) कुटुंबाची आर्थिक काळजी दूर करणे :

प्रत्येक कुटुंबवत्सल व्यक्तीला आपल्या पश्चात आपल्या कुटुंबाचे काय होईल याची काळजी असते. कुटुंबातील कर्त्या किंवा मिळवित्या व्यक्तीस अचानक मृत्यू आल्यास त्याच्या कुटुंबाची काय वाताहात होईल याची कल्पनाच करवत नाही. त्याला अशा वेळी आपल्या कुटुंबाच्या भविष्याची काळजी दूर करण्यासाठी आयुर्विमा हा एक उत्तम मार्ग आहे. आयुर्विमा घेतलेल्या व्यक्तीला आपल्या पश्चात विम्याची रक्कम आपल्या पत्नीला व मुलांना मिळण्याची तरतूद करता येते. त्यामुळे कुटुंबापुढील आर्थिक काळजी दूर होते.

३) बचतीचा मार्ग :

आयुर्विमा हा प्रत्येक व्यक्तीपुढील बचतीचा उत्तम मार्ग आहे. बचतीच्या इतर कोणत्याही मार्गाचा वापर केला तर त्यात पैसे त्वरित परत करू शकतात, पण आयुर्विम्यात गुंतलेले पैसे परत मिळू शकत नाहीत. त्यामुळे व्यक्ती आयुर्विम्यात स्वयंसक्तीने बचत करीत असते. त्यामुळे आयुर्विमा करणे गरजेचे असते.

४) मानसिक स्वास्थ्यासाठी :

आयुर्विमा घेणाऱ्या व्यक्तीला आपल्या भविष्याची चिंता नसते. तसेच आपल्या पश्चात आपल्या कुटुंबाचे काय होईल, याचीही चिंता नसते. उलट भविष्यकाळात आयुर्विम्याच्या मिळणाऱ्या मोठ्या रकमेतून मुला-मुलींचे

लग्न , शिक्षण किंवा स्वत:चे घर येणे यासारख्या अवघड व अशक्य वाटणाऱ्या गोष्टी साध्य करणे शक्य असते. एकंदरीत आयुर्विमा व्यक्तीला मानसिक स्वास्थ लाभू देण्यास मदत करतो.

५) मुला–मुलींच्या विवाह व शिक्षणाच्या आर्थिक सोयीसाठी :

व्यक्तीला आपल्या मुला–मुलींच्या विवाह व शिक्षणाची काळजी वाटते. मुलीच्या विवाहासाठी खर्च करावा लागतो. यासाठी मुलीच्या लहानपणीच लग्नासाठी विमा घेऊन लग्नाच्या खर्चाचा प्रश्न सोडविता येतो. मुलांच्या उच्च शिक्षणासाठी मुलाच्या लहानपणीच विमा घेतला तर मुलांच्या उच्चशिक्षणात अडचणी येत नाहीत. त्यासाठी आयुर्विमा आवश्यक आहे. त्यातून मुला–मुलींच्या विवाह व शिक्षणासाठी लागणारी आर्थिक गरज पूर्ण होते.

६) आर्थिक अडीअडचणींच्या काळात कर्जाची सोय :

आयुर्विमापत्र ही एक मालमत्ता किंवा संपत्ती असून त्याचा वापर कर्जउभारणीसाठी करता येतो. आयुर्विमापत्राच्या तारणावर बँकांकडून व आयुर्विमा महामंडळाकडून कर्ज मिळू शकते. आर्थिक अडीअडचणींच्या काळात व्यक्तीला आयुर्विमापत्राचे सहाय्य मिळते. व्यक्तीला आपल्या घरबांधणीसाठी सहजपणे कर्ज मिळू शकते व आर्थिक गरज भगविता येते म्हणून आयुर्विमा आवश्यक आहे.

७) व्यापारी संस्थेतील भागीदारीसाठी :

सर्व भागीदारांनी विमा घेतल्यास विम्याची रक्कम ही एखादा भागीदार मृत पावल्यावर त्याचा हिस्सा त्याच्या वारसास या विम्याचा वापर करता येतो व भागीदारीतील व्यवसाय बंद पडण्याचा धोका टाळता येतो. त्यामुळे व्यापारात होणारे नुकसान टाळण्यासाठी व भांडवल उभे करण्यासाठी आयुर्विमा गरजेचा असतो.

८) कामगारांना आर्थिक संरक्षणासाठी :

उद्योग व्यवसायात शारीरिक कष्टाचे अगर बौद्धिक स्वरूपाचे काम करणाऱ्या सेवकवर्गास सेवेत असताना अपघाताने मृत्यू येण्याची अथवा शारीरिक इजेमुळे कायमचे किंवा आंशिक अपंगत्व येण्याची शक्यता असते. आंशिक अपंगत्व आल्यास काही काळ अर्थाजन बंद होते तर कायमचे अपंगत्व आल्यास अगर मृत्यू आल्यास अर्थार्जन पूर्ण बंद होते. त्यामुळे कुटुंबावर आर्थिक अरिष्ट कोसळते. यावर उपाय म्हणून उद्योगाला सामूहिक विमा घेता येतो. अपघाताने शारीरिक हानी पोहचणाऱ्या तसेच मृत्यू येणाऱ्या कर्मचाऱ्याच्या कुटुंबास विमा कंपनीकडून भरघोस सहाय्य मिळते. त्यामुळे कामगारांना नुकसानभरपाई देण्यातील उद्योगावरील जबाबदारी कमी होण्यास मदत होते.

९) जप्तीपासून संरक्षणासाठी :

व्यावसायिक व व्यापारी आपल्या व्यवसायासाठी व व्यापारासाठी कर्ज काढीत असतात. अशा कर्जाची फेड वेळेवर केली नाही तर धनको म्हणजे सावकार अगर बँका व्यापारी अगर व्यावसायिकाची व्यावसायिक अगर खासगी मालमत्ता जप्त करु शकतात; परंतु आयुर्विमापत्राचे व्यक्तीने आपल्या पत्नीच्या नावे अभिहस्तांकन केले असले तर आयुर्विमापत्ररुपी मालमत्ता जप्त करता येत नाही, त्यामुळे अशी मालमत्ता सुरक्षित राहते व कुटुंबाला त्यापासून आर्थिक संरक्षणही लाभते.

१०) करातील बचतीसाठी:

मर्यादेपलीकडे उत्पन्न गेल्यास आयकर भरावा लागतो. सामान्य व्यक्तीला आयकर भरणे ही समस्याच वाटत असते; परंतु आयुर्विमापत्रावर वर्षभरात भरलेल्या विमाहप्त्याच्या रक्कमेची इतकी करपात्र उत्पन्नातून सूट मिळत असते. अशा वेळी आयुर्विमा घेतल्याने आयकरात बचत करता येते तसेच भविष्यकाळासाठीही बचत होते. तसेच व्यक्तीच्या मृत्यूनंतर त्याच्या वारसास मालमत्ता कर मोठ्या प्रमाणात द्यावा लागतो. त्याचीही तरतूद आयुर्विमा घेऊन करता येते.

ड) आयुर्विम्याचे महत्त्व :

आयुर्विमा सर्वसामान्य आणि व्यावसायिक व्यक्ती या दोघांनाही उपयुक्त आहे. आजचे जीवन अनिश्चिततेचे व धकाधकीचे बनले आहे. या परिस्थितीत आयुर्विम्याला खरोखरच पर्याय नाही असे म्हणता येईल. सामान्य व्यक्तीच्या दृष्टिकोनातून आयुर्विम्याचे महत्त्व पुढीलप्रमाणे सांगता येईल :

१) वृद्धापकाळासाठी बचत :

व्यक्ती आपल्या उत्पन्नातील काही भाग विमा हप्त्याच्या रुपाने बचत म्हणून भरत असते. त्यामुळे ती स्वतःला संभाव्य धोक्यांपासून संरक्षण मिळविते. व्यक्ती आजीवन काम करीत राहील हे अशक्य आहे. मात्र व्यक्तीच्या आयुष्यासोबत त्याच्या जबाबदाऱ्याही वाढत जातात. त्या सर्व जबाबदाऱ्या पार पाडण्यासाठी व्यक्तीला आर्थिक मदत हवी असते. ती मदत व्यक्तीला विम्याद्वारे प्राप्त होते. कारण निवृत्तीनंतर मिळणारे वेतन हे अत्यल्प असते. तसेच या काळात व्यक्तीवर मुला-मुलींचे उच्च शिक्षण, त्यांची लग्ने या सर्व जबाबदाऱ्या येऊन पडतात. तेव्हा व्यक्तीने जर पूर्वी विमा घेतला असेल तर तिला तिच्या निवृत्तीनंतरच्या काळात नियमित उत्पन्नाची किंवा एकदम मोठी रक्कम मिळण्याची सोय होते. त्यामुळे व्यक्तीच्या वृद्धापकाळातील जबाबदाऱ्या व्यवस्थितपणे पार पाडता येणे शक्य होते. म्हणून आयुर्विम्याचे सामान्य व्यक्तीच्या दृष्टिकोनातून वृद्धापकाळासाठी बचत म्हणून महत्त्व आहे.

२) कुटुंबासाठीची तरतूद :

व्यक्तीला आपल्या हयातीपेक्षाही हयातीनंतर आपल्या कुटुंबातील जबाबदाऱ्या पार पाडण्याविषयी काळजी असते. कारण आजच्या धकाधकीच्या जीवनात कोणत्या क्षणी कोणत्या प्रकारचा धोका पोहोचेल हे सांगणे कठीण आहे. म्हणून व्यक्ती आपल्या हयातीनंतर आपल्या कुटुंबाला आर्थिक संरक्षण लाभावे या हेतूने विम्याची तरतूद करीत असतो. त्यामुळे व्यक्तीच्या हयातीनंतर त्याच्या कुटुंबीयांना आर्थिक मदत मिळते. म्हणून सामान्य व्यक्तीच्या दृष्टिकोनातून आयुर्विमा म्हणजे कुटुंबासाठीची तरतूद या दृष्टीने आयुर्विम्याचे महत्त्व दिसून येते.

३) बचतीचा एक उत्तम मार्ग :

व्यक्ती आपल्या उत्पन्नातील काही भाग बचत म्हणून आयुर्विम्याची तरतूद करीत असतो. बँकेत बचत खाते उघडले असेल तर ती रक्कम व्यक्ती कधीही परत काढू शकतो. मात्र, आयुर्विम्यात बचत केली असेल तर ती रक्कम काढता येत नाही. त्यामुळे आयुर्विम्यात केलेली बचत ही सक्तीची असते. म्हणून आयुर्विमा हा बचतीचा एक उत्तम मार्ग ठरतो. कारण आयुर्विम्याद्वारे केलेली बचत ही व्यक्तीला त्याच्या भविष्यात उपयोगी पडणार असते.

४) मानसिक स्वास्थ्य :

आयुर्विम्याद्वारे व्यक्ती आपल्या संभाव्य धोक्यांचे हस्तांतरण करीत असते. कारण आयुर्विम्याद्वारे व्यक्तीचे संभाव्य धोके टाळता येत नसले तरी व्यक्तीला पोहोचणाऱ्या धोक्यांपासून व्यक्तीच्या संरक्षणाची जबाबदारी विमा कंपनी स्वीकारते. त्यामुळे व्यक्तीला आपल्या हयातीत व हयातीनंतरही जबाबदाऱ्या व्यवस्थित पार पाडता येण्याची शाश्वती प्राप्त होते. त्यामुळे व्यक्तीचा मानसिक ताण कमी होतो व व्यक्तीला मानसिक स्वास्थ्य लाभते. म्हणून सामान्य व्यक्तीच्या दृष्टिकोनातून आयुर्विम्याचे महत्त्व विशेष आहे.

५) विमापत्रावर कर्जाची सोय :

आयुर्विमा हे व्यक्तीचे संभाव्य धोक्यांपासून आर्थिक संरक्षण तर करतेच त्याचबरोबर व्यक्तीला कर्ज उभारणीसाठीही मदत करते. कारण आयुर्विम्याच्या तारणावर बँकाकडून कर्ज मिळू शकते. त्यामुळे आर्थिक अडचणीच्या वेळी विमापत्राचे साहाय्य मिळते. त्यामुळे सामान्य व्यक्तीच्या दृष्टिकोनातून विमापत्रे ही कर्जाची सोय करण्यास साहाय्य करीत असल्यामुळे आयुर्विमा हा महत्त्वपूर्ण ठरतो.

६) अपत्यांच्या शिक्षणाची तरतूद :

व्यक्तीला आपल्या अपत्यांविषयी विशेष काळजी असते. तसेच आज आधुनिक काळात शिक्षण महागडे होत चाललेले आहे. तेव्हा अपत्यांच्या उच्च शिक्षणासाठी तरतूद म्हणून व्यक्ती अपत्यांच्या लहानपणापासूनच विम्याची तरतूद करून ठेवू शकतात. त्यामुळे आपल्या इच्छेनुसार अपत्यांना उच्च शिक्षण देणे सहज शक्य होते. म्हणून सामान्य व्यक्तीच्या दृष्टिकोनातून आयुर्विमा महत्त्वपूर्ण ठरतो.

७) आयकरात बचत :

देशातील आयकर कायद्यानुसार प्रत्येक व्यक्तीस विशिष्ट मर्यादेपलीकडे उत्पन्न गेल्यास आयकर भरावा लागतो. सामान्य व्यक्तीला आयकर भरणे ही एक समस्या वाटत असते. मात्र, आयुर्विमापत्रावर वर्षभरात भरलेल्या विमा हप्त्याच्या रकमेइतकी करपात्र उत्पन्नातून सूट मिळते. त्यामुळे आयुर्विमा घेतल्याने आयकरात बचत करता येते. त्यामुळे सामान्य व्यक्तीच्या दृष्टिकोनातून आयुर्विमा महत्त्वपूर्ण ठरतो.

इ) आयुर्विम्याचे प्रकार :

आयुर्विम्याचे अनेक प्रकार आहेत. प्रमुख आयुर्विमा पत्रांची चर्चा खालीलप्रमाणे करता येईल :

१) संपूर्ण जीवन विमायोजना :

या विमाप्रकारात संपूर्ण आयुष्यभर विमाधारक हप्त्याचे पैसे भरित असतो व विमाधारकाच्या मृत्युनंतरच विम्याची रक्कम देय ठरते. विमाधारकाच्या संपूर्ण आयुष्यभर विमा योजना सुरु असते व त्याच्या मृत्यूपर्यंत विमाधारक हप्ते भरत असतो. मृत्यूपर्यंत हप्ते भरले जात असल्यामुळे ही विमा योजना खूप स्वस्त असते. या विमायोजनेचा हप्ता अगदी कमीत कमी आकारला जात असल्यामुळे ही योजना स्वस्त ठरते. या योजनेला ''सामान्य आयुर्विमा योजना'' सुद्धा म्हटले जाते. मालमत्ता कर, धर्मादाय कामासाठी मृत्यू पश्चात काही रक्कम राखून ठेवणे व मृत्यू पश्चात कुटुंबियांसाठी काही तरतुद करणे असा हेतू असणाऱ्या लोकांसाठी ही योजना योग्य ठरते.

२) मर्यादित काळ–रक्कम भरण्यासाठी आयुर्विमा :

संपूर्ण जीवन आयुर्विमा योजनेतील एक गैरसोय म्हणजे या मध्ये आयुष्यभर हप्ते भरावे लागतात. अगदी वृद्धाव्यवस्थेत कदाचित तुम्हास रोजगाराचे काही साधन नसले तरी हप्ते भरावे लागतात. मर्यादी काळासाठी पैसे भरण्याच्या विमा योजनेत तुम्ही निवडलेल्या वर्षांसाठीच हप्ते भरावे लागतात. यामध्ये निवडलेल्या कालावधी किंवा मृत्यू यापैकी जी घटना आधी घडेल त्या तारखेपर्यंतच हप्ते भरावे लागतात. विमाधारकास साधारणतः जाणिव असते कि तो किती काळापर्यंत जगू शकतो व त्यास किती कालावधीसाठी हप्ते भरावे लागणार आहेत. विमाधारकाच्या मृत्युनंतरच फक्त विम्याची रक्कम देय होत असल्याने कुटुंबियांच्या भविष्यातील तरतूदीच्या हेतूने ही योजना चांगली आहे.

३) देणगी विमा योजना :

ही योजना मर्यादीत कालावधीसाठी किंवा विशिष्ट वयापर्यंतच असते. या योजनेनुसार विमाधारकाच्या विशिष्ट वयात विमा योजने अंतर्गत निर्धारित रक्कम देय बनते किंवा ठराविक कालावधी म्हणजे देणगी कालावधीच्या समाप्तीनंतर विम्याची रक्कम देय होते किंवा विमाधारकाच्या मृत्यूनंतर या पैकी जी घटना आधी घडेल तेव्हा रक्कम देय ठरते. या विमा योजनेतील हप्ते मुदतपूर्ती पर्यंत भरावे लागतात. मुदतपूर्तीनंतर विमा योजनेतील रक्कम देय ठरते. संपूर्ण जीवन विमा योजनेच्या तुलनेत अर्थातच या विमायोजनेतील हप्ता थोडा अधिक असतो. आजच्या काळात ही योजना खूप लोकप्रिय आहे. कारण या योजनेत कुटुंबियांसाठीची तरतूद व वृद्धावस्थासाठी निवृत्तीवेतन असा दुहेरी हेतू साध्य होतो.

४) दुप्पट देणगी विमा योजना :

विमायोजनेच्या मुदतपूर्तीनंतर सुद्धा विमाधारक जिवित राहिल्यास या योजनेनुसार पुढील काळात दुप्पट हप्ता भरण्याची हमी विमाधारकाने दिलेली असते. ही योजना शारीरिकदृष्ट्या अपंग लोकांच्या सोयीची आहे. कारण निर्धारित कोष्टकातील दरानुसार हप्ते भरावयाच्या इतर विमा योजना यांच्यासाठी सोयीच्या नसू शकतात. या योजने हप्ते निर्धारित कालावधीच्या वर्षांसाठी किंवा मृत्यू पर्यंत यापैकी जी घटना आधी घडेल त्या घटनेपर्यंत हप्ते भरावे लागतात.

५) सह किंवा संलग्न आयुर्विमा योजना :

योजनेनुसार दोघांना विमासंरक्षण उपलब्ध होतअसते. विशेषतः व्यावसायिक भागीदारांसाठी ही योजना अनुकुल असते. विशिष्ट परिस्थितीमध्ये पती-पत्नीसाठी सुद्धा ही योजना दिली जाते. ठराविक निवड केलेल्या मुदतीच्या समाप्तीनंतर किंवा विमाधारक दोघा व्यक्तींपैकी एकाचा मृत्यु यापैकी जी घटना अधिक घडेल त्यावेळी रक्कम देय ठरते.

६) नफ्यासह किंवा नफ्याशिवाय विमायोजना :

नफ्यासह किंवा विना सहभागी विमा योजनांमध्ये विमाधारकास महामंडळाच्या नफ्यामध्ये बोनस अदा करण्याच्या रुपाने सहभागी करुन घेतले असते. बोनसची रक्कम वेळोवेळी विम्याच्या रक्कमेमधअये जमा केली जात असून विमा मुदत समाप्तीनंतर अदा केली जाते. नफ्या शिवाय किंवा विनासहभाग विमा प्रकारात बोनसच्या स्वरुपातील नफा देय नसतो. पहिल्या प्रकारात हप्ता थोडा अधिक असतो तर नंतरच्या प्रकारात हप्ता कमी असतो.

७) संपूर्ण जीवन परावर्तित विमा योजना :

या योजनेच्या सुरूवातीला कमीत कमी खर्चात जास्तीत जास्त विमा संरक्षण पुरविले जाते. हा विमाकरार थोडा लवचिक स्वरुपाचा असून पाच वर्षाच्या समाप्तीनंतर हि योजना परावर्तित करुन देणगी विमापत्र सुरु करता येते.

८) परावर्तित मुदत हमी विमा योजना :

संपूर्ण जीवन किंवा देणगी विमा योजनेनुसार सुरुवातीच्या काळात भरावा लागणारा अधिकचा हप्ता भरण्याची क्षमता नसणाऱ्या लोकांसाठी ही विमायोजना अनुकूल असते. असे लोक काही वर्षानंतर मात्र अधिकचा हप्ता भरु शकणारे असू शकतात. त्यांच्या भविष्यातील गरजांची पूर्तता करण्यसााठी विमायोजना निवडण्यासाठी सक्षम असू शकतात.

९) स्थिर मुदत (लग्न) देणगी विमायोजना व शैक्षणिक वार्षिक विमा योजना :

मुला-मुलींच लग्न किंवा शिक्षणविषयक तरतूद करण्यासाठी ही योजना उपयोगाची आहे. निवडलेल्या कालावधीसाठी हप्ते भरावयाचे असतात किंवा मृत्यूपर्यंत हप्ते द्यावे लागतात. निवडलेल्या मुदतीसाठी फायदा दिला जातो किंवा मृत्युनंतर फायदा दिला जातो. मुदतपूर्ती नंतरच फायदा अदा केला जातो. लग्न देणगीच्या प्रकरणात रक्कम एकरकमी अदा केली जाते. परंतु शैक्षणिक वार्षिक विमा योजनेत पाचवर्षासाठी सहामाही हप्त्याच्या रुपाने रक्कम अदा केली जाते.

१०) वार्षिक विमा योजना :

वार्षिक विमा या योजनेनुसार विमाधारकाने विशिष्ट वय गाठल्यानंतर विम्याची रक्कम मासिक किंवा वार्षिक हप्त्याच्या रुपाने अदा केली जाते. विशिष्ट कामासाठी विमाधारक हप्ते नियमित भरु शकतो किंवा तो एकरकमी विमा हप्ता भरु शकतो. जे लोक स्वतःसाठी किंवा त्यांच्या अवलंबितांसाठी नियमित उत्पन्नाची अपेक्षा करित असतात. त्यांच्यासाठी ही विमायोजना अनुकुल आहे.

११) तरतूद निधी विमापत्र :

दायित्त्वाची रक्कम अदा करण्यासाठी किंवा मालमत्तेच्या बदल्यात दुसरी मालमत्ता घेण्याच्या हेतूच्या तरतूदीसाठी अशी विमायोजना घेतली जात असते.

१२) बहुउपयोगी विमायोजना :

स्वतःसाठी म्हतारपणातील तरतूद करणे, आपल्या कुटुंबियांसाठी उत्पन्न, आपल्या मुला-मुलींचे लग्न व शिक्षणासाठी तरतूद किंवा मुलांच्या जीवनाची सुरवात करण्यासाठी सहाय्यभूत या व या सारख्या अनेक हेतूंनी ही विमा योजना घेतली जाते. विमाधारकाचा नजिकच्या काळात मृत्यू झाला तरी या विमायोजनेनुसार जास्तीतजास्त संरक्षण दिले जाते.

यामध्ये खालील बाबींचा समावेश असतो.

अ) मुदतपूर्ती नंतर नियमित मासिक उत्पन्न.

ब) मृत्यूच्या तारखेनंतर दोन वर्षासाठी अतिरिक्त मासिक उत्पन्न.

क) मृत्यूनंतर विम्याच्या रकमेचा काही भाग अधा होण्यासाठी.

ड) निवडलेल्या मुदतीनंतर उर्वरित शिल्लक रक्कम मिळण्यासाठी मुदतपूर्तीनंतर विमाधारकास विम्याची रक्कम रोख मिळू शकते. तसेच विम्याची रक्कम मासिक निवृत्तीवेतन किंवा मृत्यूपश्चात वाढीव रक्कम मिळू शकते. निवडलेल्या मुदतीसाठी किंवा मृत्यु या पैकी घटना आधी घडेल त्या तारखेपर्यंत भरावे लागतात.

१.४.३ सामान्य विमा उत्पादन :

सामान्य विमा ज्याला आयुर्वीमाविरहित किंवा मालमत्ता आणि अपघाती विमा म्हणून देखील ओळखले जाते, हा विविध जोखीम आणि दायित्वांपासून संरक्षण प्रदान करण्यासाठी तयार केलेल्या विमा उत्पादनांच्या विस्तृत सेवांचा समावेश करतो. आयुर्विमा हा मृत्यूच्या प्रसंगी आर्थिक सुरक्षा प्रदान करण्यावर लक्ष केंद्रित करतो, मात्र सामान्य विमा घरे, वाहन, आरोग्य, प्रवास, व्यवसाय आणि इतर मालमत्ता व दायित्वांची विस्तृत श्रेणी कव्हर करतो. हा विमा अपघात, नैसर्गिक आपत्ती, चोरी आणि तृतीय-पक्षाच्या दायित्वांसारख्या अनपेक्षित घटनांसाठी कव्हरेज देतो, व्यक्ती आणि व्यवसायांना आर्थिक नुकसान कमी करण्यात आणि अनपेक्षित घटनांना तोंड देताना त्यांची आर्थिक स्थिरता राखण्यात मदत करतो. सामान्य विमा धोरण सामान्यतः टर्म किंवा वार्षिक आधारावर चालतात आणि प्रीमियम हे विमा उतरवलेल्या मालमत्तेचे मूल्य, कव्हरेजची पातळी आणि विमाधारकाची जोखीम प्रोफाइल यासारख्या घटकांवर आधारित असतात.

अ) अर्थ :

सामान्य विमा उत्पादने विमा धोरणांच्या विस्तृत श्रेणीचा संदर्भ देतात ज्या विविध गैर-जीवन किंवा मालमत्ता आणि अपघाती जोखमींपासून संरक्षण प्रदान करतात. अपघात, नैसर्गिक आपत्ती, चोरी, दायित्व दावे आणि इतर अनपेक्षित घटनांपासून व्यक्ती, व्यवसाय आणि मालमत्तेचे रक्षण करण्यासाठी ही धोरणे तयार केली गेली आहेत. जीवन विमा हा प्रामुख्याने एखाद्या व्यक्तीचा मृत्यू झाल्यास आर्थिक सहाय्यावर लक्ष केंद्रित करतो, याउलट सामान्य विमा मालमत्तेचे नुकसान, कायदेशीर दायित्वे किंवा इतर अनपेक्षित परिस्थितीशी संबंधित आर्थिक नुकसान कमी करण्याशी संबंधित आहे. ही विमा धोरणे सामान्यतः अल्प-मुदतीची असतात आणि त्यांना नियतकालिक प्रीमियम पेमेंट आवश्यक असते, विम्याच्या प्रकारावर आणि वैयक्तिक परिस्थितीनुसार कव्हरेज आणि प्रीमियमची रक्कम बदलते.

ब) व्याख्या :

सामान्य विमा उत्पादनाच्या व्याख्या खालीलप्रमाणे आहेत :

१) केनेथ एस.एन. मूर्ती :

''सामान्य विमा हा असा करार आहे जो अपघात, नैसर्गिक आपत्ती, चोरी आणि दायित्व दाव्यांच्या समावेशासह अनेक अनपेक्षित किंवा आकस्मिक घटनांमुळे झालेल्या आर्थिक नुकसानीपासून व्यक्ती, व्यवसाय आणि संस्थांना भरपाई देतो.''

२) डॉ. बी. डी. गुप्ता :

''सामान्य विमा ही मानवी जीवनाशी निगडीत जोखीम आणि अनिश्चिततेमुळे उद्भवणाऱ्या आर्थिक अडचणी कमी करण्यासाठी तयार केलेली आर्थिक साधने आहेत. या उत्पादनांमध्ये मालमत्ता, अपघात, दायित्व आणि आरोग्य विमा यांचा समावेश होतो.''

३) जॉर्ज ई. रेजडा :

''सामान्य विमा हा एक करार आहे जो मालमत्तेचे नुकसान, विविध कारणांमुळे उद्भवणारे दायित्व आणि मानवी जीवनाशी संबंधित नसलेल्या इतर जोखमींसाठी सुरक्षा प्रदान करतो. या पॉलिसी सामान्यत: अल्पकालीन असतात आणि अनपेक्षित संकटांपासून संरक्षण देतात.''

४) अमितव दत्त :

''सामान्य विमा ही विमा करारांची एक श्रेणी आहे जी मृत्यूशी संबंधित जोखीम वगळता, मालमत्तेचे नुकसान, वैयक्तिक इजा आणि तृतीय-पक्षाच्या दायित्वांसह, अप्रत्याशित घटनांमुळे झालेल्या नुकसानाची आर्थिक भरपाई किंवा प्रतिपूर्ती प्रदान करते.''

क) सामान्य विमा उत्पादनाची वैशिष्ट्ये :

सामान्य विमा उत्पादनाची वैशिष्ट्ये पुढीलप्रमाणे आहेत :

१) विविध कव्हरेज :

सामान्य विम्यामध्ये मालमत्ता विमा (उदा. घर, व्यवसाय आणि वाहन विमा), दायित्व विमा (उदा. व्यावसायिक दायित्व आणि सामान्य दायित्व), आरोग्य विमा, प्रवास विमा आणि इतर विविध कव्हरेज पर्यायांचा समावेश होतो. ही विविधता व्यक्ती आणि संस्थांना त्यांचे विमा पोर्टफोलिओ विशिष्ट गरजा आणि परिस्थितीनुसार तयार करण्यास चालना देते.

२) जोखीम हस्तांतरण :

सामान्य विम्याच्या मूलभूत वैशिष्ट्यांपैकी एक म्हणजे जोखीम हस्तांतरण होय. पॉलिसीधारक प्रीमियम पेमेंटच्या बदल्यात संभाव्य नुकसानाचा आर्थिक भार विमा कंपनीकडे हस्तांतरित करतात. जोखमीचे हे हस्तांतरण व्यक्ती आणि व्यवसायांना अनपेक्षित घटनांचा आर्थिक प्रभाव कमी करण्यास मदत करते.

३) प्रीमियम आणि वजावट :

सामान्य विमा पॉलिसींमध्ये पॉलिसीधारकांकडून विमा प्रदात्याला प्रीमियम भरणे समाविष्ट असते. प्रीमियम्स एकरकमी किंवा हप्त्यांमध्ये भरले जाऊ शकतात आणि कव्हरेजचा प्रकार, कव्हरेज मर्यादा, वजावट आणि पॉलिसीधारकाची जोखीम प्रोफाइल यासारख्या विविध घटकांवर आधारित निर्धारित केले जातात. वजावट हे दाव्याच्या भागाचे प्रतिनिधित्व करतात जे पॉलिसीधारकाने विमा कंपनीने खर्चाची परतफेड सुरू करण्यापूर्वी कव्हर करणे आवश्यक आहे.

४) धोरण अटी आणि नियम :

प्रत्येक सामान्य विमा पॉलिसी त्याच्या स्वतःच्या अटी आणि शर्तींसह येते. या अटी पॉलिसीधारक आणि विम ाकर्ता या दोघांच्या कव्हरेज तपशील, मर्यादा, अपवर्जन आणि दायित्वांची रूपरेषा दर्शवितात. पॉलिसीधारकांनी

या अटींचे काळजीपूर्वक पुनरावलोकन करून समजून घेतले पाहिजे जेणेकरून ते पुरेसे संरक्षित राहतील आणि पॉलिसी आवश्यकतांचे पालन करतील.

५) कव्हरेज मर्यादा :

सामान्य विमा पॉलिसी कव्हरेज मर्यादा निर्दिष्ट करतात, जे दाव्याच्या घटनेत विमाकर्ता किती जास्तीत-जास्त रक्कम देईल यावर अवलंबून असते. या मर्यादा कव्हरेजच्या प्रकारावर आणि पॉलिसीच्या अटींवर अवलंबून असतात. पॉलिसीधारकांनी त्यांच्या आर्थिक संरक्षणाच्या गरजा पूर्ण करण्यासाठी त्यांच्या कव्हरेज मर्यादांचे मूल्यांकन केले पाहिजे.

६) प्रीमियम समायोजन :

जोखीम अन्वेषण, चलनवाढ, दाव्यांच्या इतिहासात आणि पॉलिसीधारकाच्या परिस्थितीतील बदलांमुळे विमाकर्ते वेळोवेळी प्रीमियम्स समायोजित करू शकतात. पॉलिसीधारकांना या संभाव्य प्रीमियम समायोजनाची आणि त्यानुसार बजेटची जाणीव असावी.

७) दावा प्रक्रिया :

जेव्हा एखादी कव्हर केलेली घटना घडते, तेव्हा पॉलिसीधारक त्यांच्या नुकसानाची परतफेड करण्यासाठी दावा दाखल करू शकतात. दाव्यांच्या प्रक्रियेमध्ये विमा कंपनीला घटनेचा अहवाल देणे, आवश्यक कागदपत्रे आणि पुरावे प्रदान करणे तसेच विमा कंपनीच्या तपासणीस सहकार्य करणे समाविष्ट आहे. दावा निकाली काढण्यासाठी वेळेवर आणि अचूक अहवाल देणे महत्वाचे असते.

८) जोखिमांकन :

जोखिमांकन ही एक अशी प्रक्रिया आहे ज्याद्वारे विमा कंपन्या विशिष्ट व्यक्ती, व्यवसाय किंवा मालमत्तेचा विमा काढण्याशी संबंधित जोखमींचे मूल्यांकन करतात. विमा कंपन्या प्रीमियम दर आणि कव्हरेजसाठी पात्रता निर्धारित करण्यासाठी वय, आरोग्य स्थिती, स्थान आणि मागील दाव्यांच्या इतिहासासारखे जोखिमांकन निकष वापरतात.

९) पॉलिसी नूतनीकरण :

बहुतेक सामान्य विमा पॉलिसी एका विशिष्ट मुदतीसाठी जारी केल्या जातात, उदा. एक वर्ष. प्रत्येक पॉलिसी टर्मच्या शेवटी पॉलिसीधारकांना त्यांच्या कव्हरेजचे नूतनीकरण करण्याचा पर्याय असतो. जोखीम घटकांमधील बदल किंवा पॉलिसीधारकाच्या दाव्यांच्या इतिहासाच्या आधारे नूतनीकरण प्रीमियम्स समायोजित केले जाऊ शकतात. अनपेक्षित घटनांपासून संरक्षण राखण्यासाठी सतत कव्हरेज आवश्यक आहे.

१०) नियामक अनुपालन :

निष्पक्षता, पारदर्शकता आणि ग्राहक संरक्षण सुनिश्चित करण्यासाठी सामान्य विमा उत्पादने सरकारी अधिकाऱ्यांच्या नियामक निरीक्षणाच्या अधीन असतात. विमा कंपन्यांनी संबंधित कायदे आणि नियमांचे पालन करणे आवश्यक आहे आणि पॉलिसीधारकांना विवाद किंवा तक्रारींच्या बाबतीत नियामक संस्थांकडून मदत घेण्याचा अधिकार आहे.

ड) सामान्य विमा उत्पादनाचे प्रकार :

सामान्य विम्यामध्ये विविध जोखमींपासून संरक्षण करण्यासाठी तयार केलेल्या विविध उत्पादनांचा समावेश होतो. पुढे सामान्य विमा उत्पादनांचे काही प्रकार दिले आहेत :

१) मालमत्ता विमा :

मालमत्ता विम्यामध्ये घरे आणि व्यवसाय यासारख्या मालमत्तांचा समावेश होतो. गृह विमा हा आग, चोरी, नैसर्गिक आपत्ती आणि दायित्व समस्यांमुळे होणाऱ्या नुकसानीपासून संरक्षण करतो. व्यावसायिक मालमत्ता विमा हा व्यवसायांना इमारती, उपकरणे आणि मालसाठा यासारख्या भौतिक मालमत्तेचे नुकसान होण्यापासून संरक्षण करते.

२) वाहन विमा :

वाहन विम्याच्या अंतर्गत सर्वसमावेशक कव्हरेज वाहनांना चोरी, तोडफोड, नैसर्गिक आपत्ती आणि प्राण्यांचा समावेश असलेल्या अपघातांसारख्या गैर-आघात घटनांपासून संरक्षण करते. अपघात कव्हरेज हे इतर वाहने किंवा वस्तूंच्या अपघातांमुळे होणारे नुकसान कव्हर करते.

३) आरोग्य विमा :

आरोग्य विम्यामध्ये आजार, जखम, हॉस्पिटलायझेशन, शस्त्रक्रिया आणि प्रिस्क्रिप्शन औषधांसाठी वैद्यकीय सुरक्षा समाविष्ट आहे. गंभीर आजार विमा हा कर्करोग, हृदयविकाराचा झटका किंवा स्ट्रोक यासारख्या विशिष्ट गंभीर आजारांचे निदान झाल्यावर एकरकमी पेमेंट प्रदान करतो.

४) दायित्व विमा :

सार्वजनिक दायित्व विमा तृतीय-पक्षाच्या शारीरिक इजा किंवा विमाधारकाच्या जागेवर होणाऱ्या मालमत्तेच्या नुकसानीच्या दाव्यांविरूद्ध सुरक्षा प्रदान करतो. व्यावसायिक नुकसानभरपाई विमा हा व्यावसायिकांना त्यांच्या सेवांमधील त्रुटी, निष्काळजीपणा किंवा गैरवर्तनामुळे उद्भवणाऱ्या दायित्वांपासून संरक्षण देतो.

५) प्रवास विमा :

आजारपण, नैसर्गिक आपत्ती किंवा फ्लाइट रद्द होणे यासारख्या अंतर्भूत कारणांमुळे प्रवास रद्द झाल्यास किंवा व्यत्यय आल्यास सहल रद्द करणे/व्यत्यय कव्हरेज परत न करण्यायोग्य खर्चाची परतफेड करते. वैद्यकीय निर्वासन/प्रत्यावर्तन मध्ये आपत्कालीन वैद्यकीय निर्वासन किंवा प्रवासादरम्यान प्रत्यावर्तन समाविष्ट आहे.

६) व्यवसाय व्यत्यय विमा :

हा विमा आग, नैसर्गिक आपत्ती किंवा उपकरणे तुटणे यासारख्या कव्हर केलेल्या धोक्यांमुळे व्यवसाय तात्पुरता बंद झाल्यामुळे होणाऱ्या आर्थिक नुकसानीपासून व्यवसायांचे संरक्षण करतो. हे व्यत्यय कालावधी दरम्यान उत्पन्नाचे नुकसान कव्हर करते.

७) सागरी विमा :

सागरी विमा हा वाहतूकी दरम्यान मालाचे नुकसान किंवा हानीपासून संरक्षण करतो. जहाज विमा यंत्रसामग्री आणि उपकरणांसह नौका किंवा जहाजांचे नुकसान कव्हर करते.

८) सायबर विमा :

सायबर विमा व्यवसायांचे आर्थिक नुकसान आणि सायबर हल्ल्यांपासून माहितीचे उल्लंघन किंवा गोपनीयतेचे उल्लंघन यांपासून संरक्षण करतो. यात खंडणी पेमेंट, रॅन्समवेअर हल्ल्यांपासून पुनर्प्राप्ती आणि माहिती उल्लंघनाच्या घटनांशी संबंधित खर्च समाविष्ट आहेत.

इ) सामान्य विमा उत्पादनाचे महत्त्व :

आजच्या गुंतागुंतीच्या आणि अनिश्चित जगात सामान्य विमा उत्पादनांचे महत्त्व पुढीलप्रमाणे सांगता येईल :

१) आर्थिक संरक्षण :

सामान्य विम्याचे महत्त्व असण्याचे प्राथमिक कारण म्हणजे आर्थिक संरक्षण प्रदान करण्यात त्याची असणारी भूमिका होय. सामान्य विमा उत्पादन मालमत्तेचे नुकसान, दायित्वाचे दावे आणि आरोग्यसेवा खर्चासह मोठ्या प्रमाणात जोखीम कव्हर करतात. या संरक्षणाशिवाय व्यक्ती आणि व्यवसाय मोठ्या आर्थिक नुकसानापासून असुरक्षित असतील.

२) जोखीम कमी करणे :
जीवन अनिश्चिततेने भरलेले आहे आणि सामान्य विमा व्यक्ती व संस्थांना जोखीम कमी करण्यास मदत करतो. आपल्या घराचा, कारचा किंवा व्यवसाय मालमत्तेचा विमा करण्याचा असो, या पॉलिसी सुरक्षिततेचे जाळे प्रदान करतात जे एका दुर्दैवी घटनेमुळे आर्थिक नुकसान होणार नाही याची खात्री देतात.

३) व्यवसाय सातत्य :
व्यवसायांसाठी कार्यपद्धतीचे सातत्य सुनिश्चित करण्यासाठी सामान्य विमा आवश्यक असतो. मालमत्ता, उत्तरदायित्व आणि व्यवसायातील व्यत्ययासाठी विमा पॉलिसी कंपन्यांना आपत्ती किंवा अनपेक्षित घटनांमधून पुनर्प्राप्त करण्यात मदत करतात, ज्यामुळे दीर्घकालीन व्यत्यय येण्याची शक्यता कमी होते.

४) कायदेशीर पालन :
बऱ्याच अधिकार क्षेत्रांमध्ये विशिष्ट प्रकारचे विमा संरक्षण अनिवार्य आहे. उदाहरणार्थ, वाहन विमा कायदेशीररित्या चालवण्यासाठी बहुतेक देशांमध्ये आवश्यक आहे. हे कायद्याचे पालन सुनिश्चित करण्यासाठी सामान्य विम्याचे महत्त्व अधोरेखित करते.

५) आरोग्य आणि कल्याण :
आरोग्य विमा हा सामान्य विम्याचा एक उपसंच असून आरोग्य सेवांमध्ये प्रवेश सुनिश्चित करण्यात महत्त्वपूर्ण भूमिका बजावतो. हे केवळ उच्च वैद्यकीय खर्चापासून व्यक्ती आणि कुटुंबांचे संरक्षण करत नाही तर नियमित तपासणी आणि प्रतिबंधात्मक काळजींना प्रोत्साहन देऊन सर्वांगीण कल्याणास प्रोत्साहन देते.

६) मनःशांती :
आपण विम्याद्वारे संरक्षित आहात हे जाणून घेतल्याने मनःशांती मिळू शकते. घराचा आगीपासून विमा उतरवला आहे हे जाणून घेऊन आपण शांतपणे झोपू शकतो किंवा व्यवसाय मालक विकासावर लक्ष केंद्रित करतात कारण त्यांच्याकडे दायित्व कव्हरेज असते, म्हणून विमा आराम आणि सुरक्षितता आणतो.

७) जोखीम सामायिकरण आणि एकत्रीकरण :
सामान्य विमा जोखीम सामायिकरण आणि एकत्रीकरणाच्या तत्त्वावर चालतो. अनेक पॉलिसीधारक प्रीमियम भरतात आणि काही दावे करतात. हे सर्वांसाठी अधिक परवडणारे बनवून मोठ्या गटामध्ये जोखीम पसरवते. नैसर्गिक आपत्तींसारख्या आपत्तीजनक जोखमींचे व्यवस्थापन करण्यासाठी ही यंत्रणा आवश्यक आहे.

८) वित्तीय स्थिरता :
विमा उद्योग वित्तीय स्थैर्यात महत्त्वपूर्ण योगदान देतो. जोखीम आत्मसात करून आणि व्यवस्थापित करून, विमा कंपन्या आर्थिक बाजारपेठेला स्थिर ठेवण्यास आणि संकटाच्या वेळी समर्थन प्रदान करण्यास मदत करतात. हा स्थिरीकरण परिणाम अर्थव्यवस्थेच्या एकूण बळकटीकरणासाठी आवश्यक आहे.

९) नवोपक्रम आणि गुंतवणूक :
विमा कंपन्या अनेकदा गोळा केलेले प्रीमियम विविध मालमत्तांमध्ये गुंतवतात, जसे की भाग आणि बंधपत्रे. या गुंतवणुकीतून परतावा मिळतो ज्याचा वापर दावे भरण्यासाठी आणि पॉलिसीधारकांसाठी विम्याची किंमत कमी करण्यासाठी केला जातो. याव्यतिरिक्त, विमा कंपन्या जोखीम मूल्यांकन आणि व्यवस्थापनामध्ये नावीन्य आणतात.

१०) समाज कल्याण :
सामान्य विम्याचा वैयक्तिक आणि व्यावसायिक संरक्षणाच्या पलीकडे व्यापक सामाजिक प्रभाव असतो. हे समुदायांना आणि सरकारांना आपत्ती आणि आपत्कालीन परिस्थितींना अधिक प्रभावीपणे प्रतिसाद देण्यास मदत करते. विमा बाधित क्षेत्रांची जलद पुनर्प्राप्ती सुलभ करून सामान्य विमा सार्वजनिक संसाधनांवरचा भार कमी करू शकतो.

बहुविकल्पी प्रश्न

१) ---------- बँकिंगमध्ये भौतिक शाखा मध्यवर्ती भूमिका बजावतात.

अ) पारंपारिक ब) आधुनिक क) डिजिटल ड) मोबाईल

२) ---------- बँकिंग ऑनलाइन प्लॅटफॉर्म आणि इलेक्ट्रॉनिक सेवांवर मोठ्या प्रमाणावर अवलंबून असते.

अ) पारंपारिक ब) आधुनिक क) डिजिटल ड) मोबाईल

३) पारंपारिक बँका ग्राहकांशी समोरासमोर ---------- वर लक्ष केंद्रित करतात.

अ) परस्परसंवाद ब) व्यवहार क) तंत्रज्ञान ड) नवकल्पना

४) आधुनिक बँका ग्राहक अनुभव वाढवण्यासाठी प्रगत ---------- च्या वापरावर भर देतात.

अ) परस्परसंवाद ब) व्यवहार क) तंत्रज्ञान ड) नवकल्पना

५) ---------- बँकिंग हे प्रत्यक्ष उपस्थिती आणि टेलर सेवा द्वारे वैशिष्ट्यीकृत आहे.

अ) पारंपारिक ब) आधुनिक क) डिजिटल ड) मोबाईल

६) गुंतवणूक बँका कंपन्यांना ---------- ऑफरिंगद्वारे भांडवल उभारण्यास मदत करतात.

अ) स्टॉक ब) बाँड क) म्युच्युअल फंड ड) बचत

७) विलीनीकरण आणि अधिग्रहणामध्ये गुंतवणूक बँका ---------- सल्लागार म्हणून महत्त्वाची भूमिका बजावतात.

अ) कायदेशीर ब) वित्तीय क) विपणन ड) कार्यात्मक

८) गुंतवणूक बँका ---------- बाजारपेठेत प्रतिभातींच्या व्यापाराची सोय करतात.

अ) प्राथमिक ब) माध्यमिक क) तृतीयक ड) चतुर्थांश

९) खाजगी इक्विटी आणि हेज फंड ही गुंतवणूक बँकांद्वारे व्यवस्थापित केलेल्या पर्यायी ---------- ची उदाहरणे आहेत.

अ) मालमत्ता ब) दायित्वे क) इक्विटी ड) गुंतवणूक

१०) गुंतवणूक बँका जोखिमांकन, व्यापार आणि ---------- व्यवस्थापन यासारख्या सेवा प्रदान करतात.

अ) जोखीम ब) अनुपालन क) पोर्टफोलिओ ड) कार्यात्मक

११) संपत्ती व्यवस्थापनामध्ये व्यक्तीच्या वित्तीय मालमत्तेचा सर्वसमावेशक ---------- यांचा समावेश असतो.

अ) संचित ब) तर्लीकरण क) जतन ड) उपभोग

१२) संपत्ती व्यवस्थापनातील ---------- सल्लागार ग्राहकांना त्यांच्या वित्तीय उद्दिष्टांसाठी योजना तयार करण्यास मदत करतात.

अ) कायदेशीर ब) आर्थिक क) कर ड) विपणन

१३) संपत्ती व्यवस्थापनामध्ये अनेकदा गुंतवणूक सल्लागार आणि मालमत्ता ---------- यासारख्या सेवांचा समावेश होतो.

अ) नियोजन ब) वितरण क) विघटन ड) ठराव

१४) उच्च संपत्ती असणाऱ्या व्यक्ती त्यांचे आर्थिक पोर्टफोलिओ पर्याप्त करण्यासाठी ---------- व्यवस्थापन सेवा शोधतात.

अ) जोखीम ब) मालमत्ता क) कर्ज ड) दायित्व

१५) संपत्ती व्यवस्थापनाचे उद्दिष्ट दीर्घकालीन ---------- साठी वैयक्तिकृत वित्तीय उपाय प्रदान करणे आहे.

अ) जतन **ब)** जमा करणे **क)** वितरण **ड)** उपभोग

१६) ---------- विमा विशिष्ट कालावधीसाठी कव्हरेज प्रदान करते.

अ) टर्म **ब)** संपूर्ण **क)** वैश्विक **ड)** बदलता

१७) ---------- विम्यामध्ये विनिर्दिष्ट मुदतीत मृत्यू झाला तरच पॉलिसीधारकाला परतावा मिळतो.

अ) टर्म **ब)** संपूर्ण **क)** वैश्विक **ड)** बदलता

१८) ---------- विमा पॉलिसीधारकाच्या संपूर्ण आयुष्यासाठी रोख मूल्य घटक आणि सुरक्षा प्रदान करतो.

अ) टर्म **ब)** संपूर्ण **क)** वैश्विक **ड)** बदलता

१९) ---------- जीवन विमा प्रीमियम पेमेंट आणि मृत्यू फायद्यांमध्ये लवचिकतेसाठी परवानगी देतो.

अ) टर्म **ब)** संपूर्ण **क)** वैश्विक **ड)** बदलता

२०) ---------- आयुर्विमा पॉलिसी गुंतवणुकीच्या पर्यायांशी जोडलेल्या असतात, ज्यामुळे रोख मूल्य वाढीची शक्यता असते.

अ) टर्म **ब)** संपूर्ण **क)** वैश्विक **ड)** बदलता

२१) ---------- विमा मालमत्तेसाठी संरक्षण प्रदान करतो, जसे की घरे आणि इमारती.

अ) वाहन **ब)** आरोग्य **क)** मालमत्ता **ड)** प्रवास

२२) ---------- विमा कायदेशीर दायित्वांमुळे होणाऱ्या वित्तीय नुकसानापासून संरक्षण करतो.

अ) वाहन **ब)** दायित्व **क)** मालमत्ता **ड)** प्रवास

२३) ---------- विमा वैद्यकीय खर्च आणि आरोग्य सेवांसाठी सुरक्षा देतो.

अ) वाहन **ब)** आरोग्य **क)** मालमत्ता **ड)** प्रवास

२४) ---------- विमा वाहनांचे नुकसान यासाठी संरक्षण प्रदान करतो.

अ) वाहन **ब)** आरोग्य **क)** मालमत्ता **ड)** प्रवास

२५) ---------- विमा प्रवासादरम्यान अनपेक्षित घटनांसाठी संरक्षण देतो, जसे की ट्रिप रद्द होणे.

अ) वाहन **ब)** आरोग्य **क)** मालमत्ता **ड)** प्रवास

उत्तरे : १) अ, २) क, ३) अ, ४) क, ५) ब, ६) अ, ७) ब, ८) ब, ९) ड, १०) क, ११) क, १२) ब, १३) अ, १४) ब, १५) ब, १६) अ, १७) अ, १८) ब, १९) क, २०) ड, २१) क, २२) ब, २३) ब, २४) अ, २५) ड.

❋❋❋

सरावासाठी प्रश्न

प्र. १. पुढील प्रश्नांची सविस्तर उत्तरे द्या.

१) पारंपारिक बँकिंग म्हणजे काय? पारंपारिक बँकिंगची वैशिष्ट्ये स्पष्ट करा

२) आधुनिक बँकिंग म्हणजे काय? आधुनिक बँकिंगची वैशिष्ट्ये स्पष्ट करा.

३) पारंपारिक बँकिंग आणि आधुनिक बँकिंगमधील फरक स्पष्ट करा.

४) पारंपारिक बँकिंग आणि आधुनिक बँकिंगमधील समानता लिहा.

५) गुंतवणूक बँकिंग म्हणजे काय? गुंतवणूक बँकिंगची वैशिष्ट्ये स्पष्ट करा.

६) गुंतवणूक बँकिंगचे महत्त्व विशद करा.

७) संपत्ती व्यवस्थापन म्हणजे काय? संपत्ती व्यवस्थापनाही वैशिष्ट्ये स्पष्ट करा.

८) संपत्ती व्यवस्थापनाचे महत्त्व स्पष्ट करा.

९) आयुर्विमा म्हणजे काय? आयुर्विमा उत्पादनाची वैशिष्ट्ये स्पष्ट करा.

१०) आयुर्विमा उत्पादनाचे महत्त्व तपशीलवार सांगा.

११) सामान्य विमा म्हणजे काय? सामान्य विमा उत्पादनाची वैशिष्ट्ये स्पष्ट करा.

१२) सामान्य विमा उत्पादनाचे महत्त्व स्पष्ट करा.

प्र. २. खालील विषयांवर टिपा लिहा:

१) पारंपारिक बँकिंग.

२) आधुनिक बँकिंग.

३) गुंतवणूक बँकिंग.

४) संपत्ती व्यवस्थापन.

५) आयुर्विमा उत्पादनाचे प्रकार.

६) सामान्य विमा उत्पादनाचे प्रकार.

❋❋❋

भारतीय बँक व्यवसायाचे डिजिटल स्थित्यंतर

प्रकरण २

▷ प्रस्तावना :

भारतीय बँक व्यवसायाचे डिजिटल स्थित्यंतर हे एक सखोल आणि जलद उत्क्रांती आहे, ज्याने संपूर्ण देशात वित्तीय सेवा वितरीत करण्याच्या आणि वापरण्याच्या पद्धतीत मूलभूतपणे बदल केले आहेत. तंत्रज्ञानातील प्रगती आणि बदलत्या ग्राहकांच्या पसंतीमुळे, भारतीय बँकांनी ऑनलाइन आणि मोबाइल बँकिंग, डिजिटल पेमेंट्स आणि फिनटेक भागीदारीसारख्या विविध सेवा प्रदान करण्यासाठी डिजिटल माध्यमे स्वीकारली आहेत. या परिवर्तनामुळे आर्थिक समावेशाचा विस्तार झाला आहे, बँकिंग सेवा पूर्वीच्या सेवा नसलेल्या लोकांपर्यंत पोहोचल्या आहेत आणि व्यवहार अधिक सोयीस्कर आणि कार्यक्षम बनले आहेत. शिवाय, युनिफाइड पेमेंट्स इंटरफेस (UPI) सारख्या उपक्रमांनी डिजिटल पेमेंटमध्ये क्रांती घडवून आणली आहे, ज्यामुळे भारत डिजिटल व्यवहारांमध्ये जागतिक आघाडीवर आहे. सायबरसुरक्षा आणि डिजिटल साक्षरतेशी संबंधित आव्हाने कायम असताना, भारतीय बँक व्यवसायात चालू असलेली डिजिटल क्रांती उद्योगाला पुन्हा आकार देण्यास आणि पुढील काही वर्षांसाठी आर्थिक सुलभता आणि नवकल्पना चालविण्यास तयार आहे.

▷ २.१ डिजिटल बँकिंग :

डिजिटल बँकिंग हे आर्थिक उद्योगात बदल घडवून आणणारे बदल दर्शवते, ज्यामध्ये पारंपारिक भौतिक बँकिंगची जागा डिजिटल माध्यमे आणि तंत्रज्ञानाने घेतली आहे. हे ग्राहकांना वेब आणि मोबाईल ॲप्लिकेशन्सद्वारे खाते व्यवस्थापन, पेमेंट, कर्ज आणि गुंतवणूक यासारख्या वित्तीय सेवांच्या विस्तृत संचामध्ये प्रवेश करण्यास सक्षम करते. डिजिटल बँकिंग अतुलनीय सुविधा आणि सुलभता प्रदान करते, जे ग्राहकांना कधीही, कुठेही व्यवहार करण्यास आणि त्यांचे वित्त व्यवस्थापित करण्यास परवानगी देते. तसेच पूर्वी बँक नसलेल्या लोकसंख्येपर्यंत पोहोचून आर्थिक समावेशास प्रोत्साहन देते. हे सुरक्षितता वाढवण्यासाठी, प्रक्रिया सुव्यवस्थित करण्यासाठी आणि वैयक्तिक अनुभव प्रदान करण्यासाठी कृत्रिम बुद्धिमत्ता, ब्लॉकचेन आणि बायोमेट्रिक्स यासारख्या अत्याधुनिक तंत्रज्ञानाचा लाभ घेते. जसजसे

डिजिटल बँकिंग परिप्रेक्ष विकसित होत आहे, तसतसे व्यक्ती आणि व्यवसाय वित्तीय संस्थांशी संवाद साधण्याचा मार्ग बदलत आहे, बँकिंग अधिक कार्यक्षम, ग्राहक-केंद्रित आणि व्यापक डिजिटल परिसंस्थेशी परस्पर जोडले आहे.

२.१.१ अर्थ :

डिजिटल बँकिंग म्हणजे पारंपारिक बँकिंग सेवा, जसे की खाते व्यवस्थापन, व्यवहार, कर्जे आणि देयके या सेवा डिजिटल माध्यमे आणि तंत्रज्ञान-आधारित प्लॅटफॉर्मद्वारे, इंटरनेट किंवा मोबाइल ॲप्लिकेशन्सद्वारे प्रवेश करण्यायोग्य बनविणे होय. हे प्रत्यक्ष शाखेच्या भेटींची गरज दूर करते, ग्राहकांना आर्थिक क्रियाकलाप ऑनलाइन किंवा त्यांच्या मोबाइल डिव्हाइसद्वारे सोयीस्करपणे करण्यास सक्षम करते. डिजिटल बँकिंग कार्यक्षमता, प्रवेशयोग्यता आणि वापरकर्ता अनुभव वाढविण्यासाठी तांत्रिक नवकल्पनांचा लाभ घेते आणि वित्तीय संस्थांना सेवांची विस्तृत श्रेणी प्रदान करण्यास आणि व्यापक ग्राहकांपर्यंत पोहोचण्यास सक्षम करते. शेवटी लोक त्यांच्या बँकांशी संवाद साधतात आणि आधुनिक डिजिटल युगात त्यांचे वित्त व्यवस्थापित करतात.

२.१.२ व्याख्या :

डिजिटल बँकिंगच्या व्याख्या खालीलप्रमाणे आहेत :

१) ब्रेट किंग :

"डिजिटल बँकिंग हे सर्व पारंपारिक बँकिंग क्रियाकलाप आणि कार्यक्रमांचे डिजिटायझेशन (किंवा डिजिटल सक्षमीकरण) आहे, जे ऐतिहासिकदृष्ट्या केवळ ग्राहकांना बँकेच्या शाखेत असतानाच उपलब्ध होते."

२) ख्रिस स्किनर :

"डिजिटल बँकिंग म्हणजे इंटरनेट, मोबाईल ॲप्लिकेशन्स आणि इतर इलेक्ट्रॉनिक उपकरणांसारख्या डिजिटल माध्यमांद्वारे पारंपारिक बँकिंग सेवांचे वितरण होय. यात फ्रंट-एंड ग्राहक अनुभव आणि बॅक-एंड कार्यात्मक प्रक्रिया दोन्ही समाविष्ट आहेत."

३) विन्कोर निक्सडॉर्फ :

"डिजिटल बँकिंग हा ग्राहकांना नवीन आणि वर्धित अनुभव देण्यासाठी बँकिंगच्या सर्व क्षेत्रांमध्ये परिवर्तन करण्यासाठी डिजिटल तंत्रज्ञानाचा लाभ घेण्यासाठी एक व्यापक आणि एकात्मिक दृष्टीकोन आहे."

४) मॅकिन्से अँड कंपनी :

"डिजिटल बँकिंग म्हणजे ग्राहकांच्या परस्परसंवाद आणि व्यवहारांपासून ते मूलभूत बँकिंग प्रक्रिया आणि क्रियांपर्यंत बँकिंग सेवांचे एंड-टू-एंड डिजिटायझेशन होय."

२.१.३ डिजिटल बँकिंगची वैशिष्ट्ये :

डिजिटल बँकिंग ज्यास ऑनलाइन बँकिंग किंवा इंटरनेट बँकिंग म्हणूनही ओळखले जाते, गेल्या काही वर्षांत लक्षणीयरीत्या विकसित झाले आहे, ज्याने व्यक्ती आणि व्यवसायांच्या वित्त व्यवस्थापित करण्याच्या पद्धतीत बदल घडवून आणला आहे. डिजिटल बँकिंगची खालील वैशिष्ट्ये आहेत:

१) प्रवेशयोग्यता आणि सुविधा :

डिजिटल बँकिंग अतुलनीय प्रवेशयोग्यता आणि सुविधा देते. ग्राहक २४/७ त्यांच्या घरातून, ऑफिसमधून किंवा इंटरनेट कनेक्शनद्वारे अक्षरशः कुठेही त्यांच्या बँक खाती आणि आर्थिक सेवांमध्ये प्रवेश करू शकतात. यामुळे बँक शाखांना प्रत्यक्ष भेट देण्याची गरज नाहीशी होते, बँकिंग कार्ये अधिक सुलभ आणि सोयीस्कर बनवतात.

२) ऑनलाइन खाते व्यवस्थापन :

डिजिटल बँकिंगच्या मूलभूत वैशिष्ट्यांपैकी एक म्हणजे बँक खाती ऑनलाइन व्यवस्थापित करण्याची क्षमता होय. ग्राहक त्यांच्या खात्यातील शिल्लक तपासू शकतात, व्यवहार इतिहासाचे पुनरावलोकन करू शकतात आणि रिअल-टाइममध्ये त्यांच्या आर्थिक क्रियाकलापांचे निरीक्षण करू शकतात. ही पारदर्शकता व्यक्तींना त्यांच्या वित्तावर अधिक चांगले नियंत्रण ठेवण्यास सक्षम करते.

३) ऑनलाइन पेमेंट :

डिजिटल बँकिंग बिल पेमेंट, निधी हस्तांतर आणि ऑनलाइन शॉपिंग यासारख्या विविध पेमेंट पद्धती सुलभ करते. ग्राहक त्यांच्या डिजिटल बँकिंग प्लॅटफॉर्मद्वारे बिले भरू शकतात, इतर खात्यांमध्ये पैसे हस्तांतरित करू शकतात, कर्जाची देयके करू शकतात आणि ई-कॉमर्स व्यवहारांमध्ये अखंडपणे व्यस्त राहू शकतात. पेमेंट पर्यायांमध्ये अनेकदा इलेक्ट्रॉनिक फंड ट्रान्सफर (EFT), वायर ट्रान्सफर आणि PayPal आणि Apple Pay सारख्या डिजिटल वॉलेटचा समावेश होतो.

४) मोबाइल बँकिंग ॲप :

मोबाईल बँकिंग ऍप्लिकेशन्सच्या आगमनाने डिजिटल बँकिंगमध्ये क्रांती घडून आली आहे. बँका आणि वित्तीय संस्था स्मार्टफोन आणि टॅब्लेटसाठी वापरकर्ता-अनुकूल मोबाइल ॲप्स देतात. हे ॲप्स अगदी सहजपणे बँकिंग सेवांमध्ये प्रवेश करण्याचा एक सोयीस्कर मार्ग प्रदान करतात. ग्राहक बॅलन्स तपासण्यासाठी, निधी हस्तानंतरणासाठी, मोबाईल ॲप वापरून चेक जमा करण्यासाठी आणि त्यांच्या डिव्हाइसवर तात्काळ संदेश प्राप्त करण्यासाठी मोबाइल बँकिंग ॲप्स वापरू शकतात.

५) सुरक्षा उपाय :

डिजिटल बँकिंग प्लॅटफॉर्म ग्राहकांची माहिती आणि आर्थिक मालमत्तेचे संरक्षण करण्यासाठी सुरक्षिततेला प्राधान्य देतात. ऑनलाइन व्यवहार आणि खाते प्रवेशाची सुरक्षितता सुनिश्चित करण्यासाठी ते मजबूत एन्क्रिप्शन, बहु-घटक प्रमाणीकरण आणि बायोमेट्रिक पडताळणी पद्धती (जसे की फिंगरप्रिंट किंवा फेशियल रेकग्निशन) वापरतात. नियमित सुरक्षा अद्यतने आणि निरीक्षण फसव्या क्रियाकलाप शोधण्यास आणि प्रतिबंधित करण्यास मदत करते.

६) गुंतवणूक आणि संपत्ती व्यवस्थापन :

अनेक डिजिटल बँकिंग प्लॅटफॉर्म गुंतवणूक आणि संपत्ती व्यवस्थापन सेवा देतात. ग्राहक स्टॉक, बॉण्ड्स आणि इतर प्रतिभूतींच्या व्यापारासाठी साधनांमध्ये प्रवेश करू शकतात. याव्यतिरिक्त रोबो-सल्लागार आणि वैयक्तिक गुंतवणूक पोर्टफोलिओ व्यक्तींना त्यांच्या गुंतवणुकीचे कार्यक्षमतेने नियोजन आणि व्यवस्थापन करण्यात मदत करण्यासाठी उपलब्ध आहेत.

७) कर्ज आणि पत सेवा :

डिजिटल बँकिंग कर्ज आणि पत सेवांपर्यंत विस्तारते, ज्यामुळे ग्राहकांना कर्ज, तारण आणि क्रेडिट कार्डसाठी ऑनलाइन अर्ज करता येतो. अर्जाची प्रक्रिया सुव्यवस्थित आहे, अनेकदा त्वरित मंजूरी आणि निधी वितरणाचा समावेश आहे. डिजिटल प्लॅटफॉर्मद्वारे ग्राहक त्यांच्या कर्ज परतफेडीचे वेळापत्रक आणि क्रेडिट कार्ड व्यवहारांचे निरीक्षण करू शकतात.

८) वैयक्तिक वित्त व्यवस्थापन :

ग्राहकांना त्यांचे आर्थिक व्यवस्थापन प्रभावीपणे करण्यास मदत करण्यासाठी डिजिटल बँकिंग प्लॅटफॉर्ममध्ये सहसा वैयक्तिक वित्त व्यवस्थापन साधने समाविष्ट असतात. ही साधने खर्चाचे वर्गीकरण करू शकतात, बजेट उद्दिष्टे

निश्चित करू शकतात आणि चार्ट आणि अहवालांद्वारे आर्थिक माहिती प्रदान करू शकतात. अशी वैशिष्ट्ये ग्राहकांना माहितीपूर्ण आर्थिक निर्णय घेण्यास मदत करतात.

९) ग्राहक समर्थन आणि चॅटबॉट्स :

डिजिटल बँका लाइव्ह चॅट, ईमेल आणि फोन यासारख्या विविध माध्यमांद्वारे ग्राहक समर्थन देतात. याव्यतिरिक्त बऱ्याच बँकांनी कृत्रिम बुद्धिमत्तेवर चालणारे चॅटबॉट्स एकत्रित केले आहेत जे वारंवार विचारल्या जाणाऱ्या प्रश्नांची उत्तरे देतात, ग्राहकांना सामान्य व्यवहारांद्वारे मार्गदर्शन करू शकतात आणि नियमित कामकाजाच्या वेळेबाहेर समर्थन देऊ शकतात. हे चॅटबॉट्स ग्राहकांचा एकूण अनुभव वाढवतात.

१०) वर्धित वापरकर्ता अनुभव :

वापरकर्ता अनुभव हा डिजिटल बँकिंगचा एक महत्त्वाचा पैलू आहे. वित्तीय संस्था त्यांच्या ऑनलाइन आणि मोबाइल प्लॅटफॉर्मसाठी अंतर्ज्ञानी आणि वापरकर्ता-अनुकूल इंटरफेस तयार करण्यासाठी मोठ्या प्रमाणात गुंतवणूक करतात. चांगल्या प्रकारे डिझाइन केलेल्या डिजिटल बँकिंग अनुभवामध्ये सुलभ समायोजन, प्रतिसादात्मक रचना आणि सतत सुधारण्यासाठी वापरकर्त्यांच्या प्रतिसादावर लक्ष केंद्रित करणे समाविष्ट आहे.

२.१.४ डिजिटल बँकिंगचे फायदे :

डिजिटल बँकिंगचे खालील फायदे आहेत :

१) सुविधा आणि प्रवेशयोग्यता :

डिजिटल बँकिंगचा एक प्राथमिक फायदा म्हणजे त्याची अतुलनीय सुविधा आणि प्रवेशयोग्यता होय. बँकेच्या शाखांना प्रत्यक्ष भेटी देण्याची गरज दूर करून ग्राहक इंटरनेट कनेक्शनद्वारे कोठूनही बँकिंग व्यवहारांची विस्तृत श्रेणी करू शकतात. खात्यातील शिल्लक तपासणे, निधी हस्तांतरित करणे किंवा बिले भरणे असो, डिजिटल बँकिंग चोवीस तास वित्तीय सेवांमध्ये प्रवेश प्रदान करते, ज्यामुळे व्यस्त जीवनशैली असलेल्या व्यक्तींसाठी ते अत्यंत सोयीस्कर बनते.

२) वेळेची बचत :

डिजिटल बँकिंगमुळे ग्राहकांच्या वेळेची लक्षणीय बचत होते. पारंपारिक बँकिंग पद्धतींमध्ये अनेकदा बँकेच्या शाखेत जाणे, रांगेत उभे राहणे आणि कागदपत्रे पूर्ण करणे यासाठी वेळखाऊ प्रवास करावा लागतो. डिजिटल बँकिंगद्वारे, या प्रक्रिया सुव्यवस्थित केल्या जातात आणि काही मिनिटांत पूर्ण केल्या जातात. एकेकाळी बँकिंग कामांवर घालवलेला वेळ आता अधिक फलदायी किंवा आनंददायक क्रियाकलापांसाठी दिला जातो.

३) खर्च कार्यक्षमता :

डिजिटल बँकिंग ग्राहक आणि वित्तीय संस्था या दोघांसाठी खर्च कमी करते. ग्राहक शाखांच्या प्रवासाशी संबंधित खर्च टाळू शकतात, जसे की इंधन खर्च आणि पार्किंग शुल्क. याव्यतिरिक्त अनेक डिजिटल बँकिंग सेवा, जसे की ऑनलाइन बिल पेमेंट आणि इलेक्ट्रॉनिक फंड ट्रान्सफर, पारंपारिक पर्यायांपेक्षा कमी किमतीत विनामूल्य प्रदान केल्या जातात. बँकांसाठी डिजिटल चॅनेल भौतिक पायाभूत सुविधा आणि कर्मचाऱ्यांची गरज कमी करतात, ज्यामुळे खर्चात बचत होते जी ग्राहकांना दिली जाऊ शकते किंवा सेवा सुधारण्यासाठी पुन्हा गुंतवणूक केली जाऊ शकते.

४) आर्थिक व्यवहारांची तात्काळ देखरेख :

डिजिटल बँकिंग ग्राहकांना त्यांच्या आर्थिक व्यवहारांवर वास्तविक वेळेत लक्ष ठेवण्याची क्षमता प्रदान करते. हे वैशिष्ट्य व्यक्तींना त्यांच्या खर्चाच्या शीर्षावर राहण्याची, ठेवी आणि पैसे काढण्याचा मागोवा ठेवण्याची आणि

कोणतीही अनधिकृत किंवा संशयास्पद क्रियाकलाप त्वरितपणे ओळखण्याची परवानगी देते. आर्थिक व्यवहारांची तात्काळ देखरेख आर्थिक सुरक्षा वाढवते आणि ग्राहकांना समस्या उद्भवल्यास त्वरित कारवाई करण्यास सक्षम करते.

५) सुरक्षा उपायाना प्राधान्य :

बँकिंगमध्ये सुरक्षितता ही सर्वोच्च चिंतेची बाब आहे आणि डिजिटल बँकिंग प्लॅटफॉर्म याला कठोरपणे प्राधान्य देतात. ग्राहकांची माहिती आणि आर्थिक मालमत्तेचे रक्षण करण्यासाठी बँका प्रगत एनक्रिप्शन तंत्र, बहु-घटक प्रमाणीकरण आणि बायोमेट्रिक पडताळणी पद्धती वापरतात. याव्यतिरिक्त, डिजिटल प्लॅटफॉर्म संशयास्पद क्रियाकलापांवर सतत लक्ष ठेवतात आणि सायबर धोक्यांपासून संरक्षण करण्यासाठी फायरवॉल वापरतात. हे सुरक्षा उपाय अनेकदा पारंपारिक बँकिंगमध्ये उपलब्ध असलेल्या सुरक्षिततेपेक्षा जास्त असतात.

६) सेवांची विस्तारित श्रेणी :

डिजिटल बँकिंग प्लॅटफॉर्म मूलभूत खाते व्यवस्थापनाच्या पलीकडे सेवांची विस्तृत श्रेणी देतात. ग्राहक कर्ज, गहाणखत आणि क्रेडिट कार्डसाठी ऑनलाइन अर्ज करू शकतात, अनेकदा त्वरित मंजूरी आणि निधीमध्ये जलद प्रवेश प्राप्त करतात. स्टॉक ट्रेडिंग, रोबो-सल्लागार आणि वैयक्तिक गुंतवणूक पोर्टफोलिओसारख्या गुंतवणूक आणि संपत्ती व्यवस्थापन सेवा देखील उपलब्ध आहेत. सेवांची ही विस्तारित श्रेणी ग्राहकांना एकाच डिजिटल परिसंस्थेमध्ये विविध आर्थिक गरजा पूर्ण करण्यास चालना देते.

७) मोबाइल बँकिंग अॅप्स :

मोबाईल बँकिंग ऍप्लिकेशन्सने डिजिटल बँकिंगचे फायदे आणखी वाढवले आहेत. बँका आणि वित्तीय संस्था स्मार्टफोन आणि टॅब्लेटसाठी वापरकर्ता-अनुकूल मोबाइल अॅप्स प्रदान करतात, ज्यामुळे ग्राहकांना त्यांच्या खात्यांमध्ये प्रवेश करता येतो आणि सहजपणे व्यवहार करता येतात. या अॅप्समध्ये अनेकदा मोबाइल चेक डिपॉझिट, प्रमाणीकरणासाठी फिंगरप्रिंट किंवा फेशियल रेकग्निशन आणि रिअल-टाइम अॅलर्ट असतात, जे एक अखंड आणि सोयीस्कर बँकिंग अनुभव देतात.

८) वैयक्तिक वित्त व्यवस्थापन साधने :

अनेक डिजिटल बँकिंग प्लॅटफॉर्ममध्ये वैयक्तिक वित्त व्यवस्थापन साधने समाविष्ट आहेत जी ग्राहकांना त्यांच्या आर्थिक कल्याणावर नियंत्रण ठेवण्यास सक्षम करतात. ही साधने खर्चाचे वर्गीकरण करतात, बजेटची उद्दिष्टे निश्चित करतात आणि खर्चाच्या पद्धतींबाबत माहिती देतात. त्यांच्या आर्थिक आरोग्याच्या सर्वसमावेशक दृष्टिकोनातून, व्यक्ती त्यांचे आर्थिक परिणाम सुधारण्यासाठी माहितीपूर्ण निर्णय घेऊ शकतात.

९) पर्यावरण-अनुकूल बँकिंग :

डिजिटल बँकिंग कागदावर आधारित व्यवहारांची गरज कमी करून पर्यावरणास अनुकूल पद्धतींशी सरेखित करते. पारंपारिक बँकिंगमध्ये खाते विवरण, धनादेश आणि कर्ज अर्जांसाठी कागदपत्रांचा समावेश असतो. डिजिटल बँकिंग पेपरलेस व्यवहारांना प्रोत्साहन देते, नैसर्गिक संसाधनांचा वापर कमी करते आणि बँकिंग क्रियाकलापांशी संबंधित कर्बभार कमी करते.

१०) बँकिंग सेवा उपलब्ध नसलेल्या लोकसंख्येसाठी सुलभता :

डिजीटल बँकिंगमध्ये बँकिंग सेवा उपलब्ध नसलेल्या लोकसंख्येसाठी बँकिंग सेवा उपलब्ध करून आर्थिक समावेशनातील अंतर भरून काढण्याची क्षमता आहे. या व्यक्तींना भौतिक बँक शाखांमध्ये सहज प्रवेश मिळत नसतो परंतु ते त्यांच्या स्मार्टफोन किंवा संगणकाद्वारे डिजिटल बँकिंग प्लॅटफॉर्म वापरू शकतात. आर्थिक सेवांचा

हा विस्तारित प्रवेश उपेक्षित समुदायांना सक्षम बनवतो, आर्थिक विषमता कमी करतो आणि आर्थिक विकासाला चालना देतो.

▷ २.२ बँकिंग वितरण माध्यमांतील तंत्रज्ञानाचा विकास :

बँकिंग वितरण माध्यमांतील तांत्रिक विकास म्हणजे बँकिंग क्षेत्रातील डिजिटल तंत्रज्ञान आणि इलेक्ट्रॉनिक प्लॅटफॉर्मची सतत उत्क्रांती आणि एकत्रीकरण होय. यामध्ये एटीएम, ऑनलाइन आणि मोबाइल बँकिंग, इलेक्ट्रॉनिक फंड ट्रान्सफर तसेच ग्राहकांची सुलभता, सुविधा आणि एकूण बँकिंग अनुभव वाढवणारी इतर डिजिटल साधने यासारख्या नवकल्पनांचा अवलंब करणे समाविष्ट आहे. या प्रक्रियेचे उद्दिष्ट कार्यपद्धती सुव्यवस्थित करणे, खर्च कमी करणे आणि ग्राहकांसाठी उपलब्ध वित्तीय सेवांची श्रेणी विस्तृत करणे, ग्राहकांच्या आणि व्यवसायांच्या विकसित गरजा पूर्ण करण्यासाठी तंत्रज्ञानाच्या सामर्थ्याचा वापर करून आधुनिक युगात बँकिंग सेवा वितरीत करण्याच्या पद्धतीला आकार देणे हे आहे.

आधुनिक सेवा वितरण स्वरूप हे शाखा आधारित प्रारूपपेक्षा लक्षणीयरीत्या बदलते. सर्वप्रथम कार्यक्षमतेवर लक्ष केंद्रित केले जाते. याचा अर्थ कमीत-कमी खर्चात अधिकाधिक सेवा पुरविण्याचे बँकांचे उद्दिष्ट आहे. दुसरे म्हणजे या नवीन माध्यमांद्वारे ग्राहकांना शिक्षित करणे आणि त्यांना बँकिंगची सवय लावणे यावर लक्ष केंद्रित केले आहे. अलीकडे विकसित झालेल्या बँकिंग सेवा प्रदान करण्यासाठी काही माध्यमांची यादी पुढीलप्रमाणे आहे :

१) स्वयंचलित प्रणाली :

गेल्या काही वर्षांत स्वयंचलित प्रणाली अत्यंत लोकप्रिय झाल्या आहेत. याचे कारण म्हणजे समान सेवा करणाऱ्या मानवांपेक्षा त्यांची किंमत किंवा खर्च साधारणपणे कमी असतो. उदाहरणार्थ, ऑटोमेटेड टेलर मशीन (एटीएम) चा देखभाल खर्च मानवी टेलरपेक्षा खूपच कमी आहे. तसेच मशीन 24*7 सेवा देऊ शकते जी मनुष्याला शक्य नाही. त्यामुळे एटीएमच्या बरोबरीने इतर विविध स्वयंचलित यंत्रणा देखील बँक शाखांमध्ये तैनात करण्यात आल्या आहेत. इतर काही स्वयंचलित प्रणालींमध्ये कॅश डिपॉझिट मशीन, मशिन जे पास बुक अपडेट करतात किंवा बँक स्टेटमेंट प्रदान करतात किंवा डेबिट कार्ड पूर्वनिर्धारित मूल्यांचे रिचार्ज करण्यासाठी मशीन देतात. युनायटेड स्टेट्स आणि युरोप सारख्या विकसित देशांमध्ये आता ऑटोमेट सिस्टम प्रबळ आहेत जेथे मजुरीचा खर्च जास्त आहे. तिसऱ्या जगातील विकसनशील देशांमध्येही या यंत्रणा पोहोचू लागल्या आहेत.

२) टेलिफोन बँकिंग :

टेलिफोन बँकिंग ही टेलिफोन लाईनवर बँकिंग सेवांची तरतूद आहे. म्हणून, टेलिफोन बँकिंग देखील पारंपारिक बँक करू शकणाऱ्या जवळजवळ सर्व सेवा प्रदान करण्यासाठी सुसज्ज आहे. तथापि फोन बँकिंगसमोर एक अतिरिक्त आव्हान आहे. फोन बँकर्सना देखील ते योग्य व्यक्तीशी बोलत आहेत की नाही हे ओळखणे आवश्यक आहे अन्यथा ते चुकीच्या व्यक्तीला संवेदनशील माहिती देऊ शकतात. याची खात्री करण्यासाठी यंत्रणा तयार करण्यात आली आहे. अशा यंत्रणेमध्ये फोन बँकिंग पासवर्ड आणि वैयक्तिक माहितीची पुष्टी समाविष्ट असते जी केवळ खातेधारकाद्वारे प्रदान केली जाऊ शकते. फोन बँकिंग ग्राहकांना अमर्यादित सुविधा प्रदान करते कारण त्या सेवा २४*७ आणि कोणत्याही भौगोलिक स्थानावरून प्राप्त होऊ शकतात. तसेच फोन बँकिंग बँकांना खर्च कमी करण्यास बँकिंग सेवा देण्यास सक्षम करते, कारण ते त्यांचे कॉल सेंटर भारतासारख्या कमी किमतीच्या देशांमध्ये आउटसोर्स करू शकतात, जेथे काम खर्चाच्या एका अंशात केले जाऊ शकते. त्यामुळे फायद्याची परिस्थिती निर्माण झाली आहे.

३) इंटरनेट :

इंटरनेट बँकिंग म्हणजे वेबवर बँकिंग सेवांची तरतूद होय. फोन बँकिंग प्रमाणे इंटरनेट बँकिंगचा वापर बँकांद्वारे प्रदान केलेल्या सर्व सेवांची प्रतिकृती तयार करण्यासाठी केला जातो. तसेच फोन बँकिंगप्रमाणेच ग्राहकांची ओळख ही एक समस्या यातही आहे. इंटरनेट बँकिंगला फिशिंग हल्ले आणि ग्राहकांची खाती हॅक होणे यासारख्या जोखमींच्या अनोख्या श्रेणींचा सामना करावा लागतो. तथापि, तंत्रज्ञानाच्या विकासामुळे बँकांना अशा प्रकारच्या हल्ल्यांपासून बचाव करू शकतील अशा सुरक्षित प्रणाली तयार करण्याची परवानगी मिळाली आहे. इंटरनेट बँकिंगवर मोठ्या प्रमाणावर जोर देण्यामागील मुख्य कारण म्हणजे प्रक्रिया क्षमता बँक कर्मचार्यांकडून वापरकर्त्यांकडे हस्तांतरित केली जाते. त्यामुळे जर वापरकर्त्याला बँक स्टेटमेंटची गरज असेल तर ते स्वतः मिळवू शकतात. बँक कर्मचाऱ्यांची गरज पूर्णपणे संपुष्टात आली आहे आणि यामुळे बँकेला मोठ्या प्रमाणात खर्च वाचविण्यास मदत होते. या कारणास्तव बँका ग्राहकांना इंटरनेट बँकिंगबद्दल शिक्षित करण्याचा आग्रह धरतात आणि त्या पद्धतीने ग्राहकांशी व्यवहार करण्यास प्राधान्य देतात. पारंपरिक बँकेच्या शाखेत सेवा घेतल्यास काही बँका ग्राहकांकडून अतिरिक्त पैसे आकारतात ज्यांचा ऑनलाइन देखील लाभ घेता येतो.

४) स्मार्टफोन :

माहिती तंत्रज्ञानातील विकासामुळे लोकांना प्रवासात बँकिंग व्यवहार करणे शक्य झाले आहे. लोकांचे मोबाईल हायस्पीड इंटरनेटने जोडलेले आहेत. तसेच मोबाईल ऍप्लिकेशन विकसित केले गेले आहेत, जे ग्राहकांना सर्व सेवा प्राप्त करण्यास सक्षम करतात. यातही सुरक्षा हल्ले आणि हॅकिंगच्या धमक्या आहेत. तथापि, हे धोके कमी केले जात आहेत. बँकिंग व्यवसायाचा असा विश्वास आहे की एम-बँकिंगचे मोबाइल बँकिंग हे भविष्य आहे, ज्यामध्ये लोकांना काही बटणाच्या क्लिकवर आवश्यक असलेली कोणतीही सेवा मिळू शकेल. त्यामुळे तंत्रज्ञान बँकांना ग्राहकांना अभूतपूर्व सेवा स्तर प्रदान करण्यास सक्षम करत आहे आणि त्याचबरोबर त्यांच्या भागधारकांना इक्विटीवर अभूतपूर्व परतावा प्रदान करत आहे. कंप्युटिंगमधील तांत्रिक घडामोडी बँकिंग जगात अधिक अनुप्रयोग शोधण्यासाठी निश्चित आहेत. त्यामुळे बँकिंग व्यवसायातील अग्रगण्यांना हे समजले आहे की त्यांचा व्यवसाय तंत्रज्ञानात गुंतला आहे आणि पुढील काळात तोच व्यवसाय टिकेल जो तंत्रज्ञानाचा जास्तीत-जास्त वापर करण्यास सक्षम असेल.

५) संपर्करहित पेमेंट सोल्यूशन्स :

एनएफसी तंत्रज्ञान आणि क्यूआर कोडचा वापर करून संपर्करहित पेमेंट पद्धतींनी आकर्षण मिळवले आहे. कार्ड किंवा मोबाइल वॉलेट्स वापरून पेमेंट आणि QR-आधारित व्यवहार जलद आणि सोयीस्कर पेमेंट पर्याय देतात, विशेषत: ते किरकोळ व्यवहारांसाठी उपयुक्त आहेत.

६) कृत्रिम बुद्धिमत्ता (AI) एकत्रीकरण :

बँका ग्राहक समर्थन प्रदान करण्यासाठी आणि बँकिंग परस्परसंवाद सुव्यवस्थित करण्यासाठी कृत्रिम बुद्धिमत्ता-आधारित चॅटबॉट्स आणि आभासी सहाय्यकांचा वापर करतात. या प्रणाली वैयक्तिक शिफारसी देतात, प्रश्नांची उत्तरे देतात आणि ग्राहकांना व्यवहारांद्वारे मार्गदर्शन करतात, कार्यक्षमता आणि ग्राहक सेवा वाढवतात.

७) बायोमेट्रिक प्रमाणीकरणाचा अवलंब :

फिंगरप्रिंट आणि फेशियल रेकग्निशनसह बायोमेट्रिक प्रमाणीकरणाने बँकिंगमधील सुरक्षा उपायांना चालना दिली आहे. या पद्धती वर्धित सुरक्षा स्तर प्रदान करतात, पारंपारिक पासवर्ड आणि पिनवर अवलंबून राहणे कमी करतात.

८) ओपन बँकिंग उपक्रम :

ओपन बँकिंग फ्रेमवर्क APIs द्वारे बँका आणि अधिकृत तृतीय-पक्ष वित्तीय सेवा प्रदात्यांमध्ये सुरक्षित डेटा सामायिकरण सुलभ करते. हे ग्राहकांना अनेक प्रदात्यांकडून आर्थिक उत्पादने आणि सेवांच्या विस्तृत श्रेणीमध्ये प्रवेश करण्यास परवानगी देते, नवीनता आणि स्पर्धा वाढवते.

९) ब्लॉकचेन आणि क्रिप्टोकरन्सी एक्सप्लोरेशन :

सीमापार व्यवहार पर्याप्त करण्यासाठी, सुरक्षा सुधारण्यासाठी आणि संभाव्य नवीन आर्थिक उत्पादनांचा शोध घेण्यासाठी बँका ब्लॉकचेन तंत्रज्ञान आणि क्रिप्टोकरन्सी अन्वेषित करतात. प्रक्रिया सुव्यवस्थित करणे, खर्च कमी करणे आणि उदयोन्मुख बाजारपेठेच्या संधी शोधणे हे या नवकल्पनांचे उद्दिष्ट आहे.

▷ २.३ पेमेंट सिस्टममधील तांत्रिक विकास :

पेमेंट सिस्टममधील तांत्रिक विकासामध्ये सतत नावीन्यपूर्ण आणि डिजिटल साधने व प्लॅटफॉर्मचे एकत्रीकरण समाविष्ट आहे जे निधीचे हस्तांतरण आणि आर्थिक व्यवहारांचे सेटलमेंट सुलभ करते. ही उत्क्रांती पारंपारिक रोख-आधारित व्यवहारांपासून इलेक्ट्रॉनिक आणि मोबाइल पेमेंट पद्धतींकडे बदलून वैशिष्ट्यीकृत आहे, जसे की कॉन्टॅक्टलेस पेमेंट, मोबाइल वॉलेट्स आणि ब्लॉकचेन-आधारित प्रणाली. ही प्रगती ग्राहकांना आणि व्यवसायांसाठी अधिक सुविधा, सुरक्षितता आणि कार्यक्षमता देतात, कॅशलेस व्यवहार चालवतात तसेच ज्या व्यक्तींना पूर्वी पारंपारिक बँकिंग प्रणालींनी सेवा दिली नव्हती त्यांच्यासाठी आर्थिक समावेशन सक्षम करते. तंत्रज्ञान जसजसे पुढे जात आहे तसतसे, पेमेंट सिस्टम कदाचित अधिक परस्परांशी जोडलेले, परस्पर व्यवहार करण्यायोग्य आणि विस्तृत आर्थिक क्रियाकलाप हाताळण्यास सक्षम होतील, आणि आधुनिक जगात आर्थिक व्यवहार करण्याच्या पद्धतीला पुन्हा आकार देऊ शकतील.

१) पीअर-टू-पीअर पेमेंट :

पीअर-टू-पीअर (किंवा P2P) पेमेंट पद्धतीमध्ये इलेक्ट्रॉनिक माध्यमाचा समावेश असतो ज्याद्वारे एक व्यक्ती मध्यस्थ अर्जाद्वारे दुसऱ्या व्यक्तीला पैसे हस्तांतरित करते. ऑनलाइन ॲप किंवा माध्यमाचा वापर करून संबंधित बँक खात्यांद्वारे किंवा व्यवहार करणाऱ्या लोकांच्या क्रेडिट कार्डद्वारे निधी हस्तांतरित केला जातो. Venmo, PayPal, Apple Cash, इत्यादी काही लोकप्रिय पीअर-टू-पीअर पेमेंट ॲप्स आहेत. पीअर-टू-पीअर मोबाइल पेमेंट्समध्ये प्रगती केल्याने व्यवसायांना त्यांची उत्पादने आणि सेवा मोठ्या प्रमाणावर कमाई करण्याच्या संधी सुधारतील. किंबहुना, असेही नोंदवले गेले आहे की जागतिक पीअर-टू-पीअर पेमेंट बाजाराचा आकार २०३० पर्यंत ९.१ ट्रिलियन एवढा असेल असा अंदाज आहे.

२) मोबाईल वॉलेट :

मोबाईल वॉलेट हे खऱ्या वॉलेटसारखेच असतात परंतु ते डिजिटल स्वरूपात असतात. जसे तुम्ही पाकीट तुमच्या खिशात किंवा बॅगमध्ये ठेवता, तशी ही डिजिटल वॉलेट्स मोबाइल फोन किंवा टॅब्लेटसारख्या स्मार्ट उपकरणांमध्ये स्थापित केली जातात. हे डिजिटल वॉलेट्स कार्ड स्वाइप करण्यासाठी किंवा तुमच्या खिशात रोख रक्कम ठेवण्यासाठी एक चांगला बदल झाला आहे. पेमेंट सुरक्षा आणि फसवणूक प्रतिबंध सेवांसाठी ग्राहक अनेकदा डिजिटल पेमेंट तंत्रज्ञानाच्या या पद्धतीला प्राधान्य देतात. मोबाइल वॉलेटची काही लोकप्रिय उदाहरणे म्हणजे Google Pay, Apple Pay आणि PayPal Wallet. डिजिटल वॉलेटमधील अलीकडील प्रवाहांमध्ये बिटकॉइन वॉलेट उपायांचा विकास, द्रुत पेमेंटसाठी QR कोडचे एकत्रीकरण आणि NFC-आधारित तंत्रज्ञान यांचा समावेश आहे.

३) इलेक्ट्रॉनिक पेमेंट सिस्टम :

ऑनलाइन शॉपिंग पद्धतींचा सतत अवलंब केल्याने डिजिटल पेमेंट सोल्यूशन्सच्या वाढीला वेग आला आहे. परिणामी, इलेक्ट्रॉनिक पेमेंट सिस्टम ही पेमेंटची सर्वात लोकप्रिय पद्धत बनली आहे, विशेषतः ई-कॉमर्स उद्योगात. या प्रचंड लोकप्रियतेने भागधारक आणि व्यवसाय मालकांना त्यांच्या पेमेंट धोरणांचे पुनर्मूल्यांकन करण्यास आणि ग्राहकांच्या सोयीसाठी ऑनलाइन पेमेंट उपाय एकत्रित करण्यास भाग पाडले आहे. काही सामान्य परंतु मोठ्या प्रमाणात वापरल्या जाणाऱ्या इलेक्ट्रॉनिक पेमेंट सिस्टममध्ये पुढील घटक समाविष्ट आहे:

i) आता खरेदी करा, नंतर पैसे द्या (BNPL) उपाय :

हा एक प्रकारचा वित्तपुरवठा आहे जो ग्राहकांना एखादे उत्पादन किंवा सेवा विकत घेण्यास आणि कालांतराने पैसे देण्यास परवानगी देतो, सामान्यतः कोणत्याही व्याजशिवाय हे केले जाते. या तंत्राचा वापर ग्राहकांना गुंतवून ठेवण्यासाठी आणि ब्रँड निष्ठा वाढविण्यासाठी व्यवसायांद्वारे केला जातो.

ii) ई-चेक :

इलेक्ट्रॉनिक चेक ही पेपर चेकची डिजिटल आवृत्ती आहे. ई-चेक ग्राहकाच्या चेकिंग खात्यातून व्यापाऱ्याच्या व्यवसाय खात्यात पैसे हस्तांतरित करण्यासाठी ऑटोमेटेड क्लिअरिंग हाऊस (ACH) तंत्र आणि पेमेंट प्रोसेसिंग गेटवे वापरतात.

४) बायोमेट्रिक प्रमाणीकरण :

बायोमेट्रिक प्रमाणीकरण ही एक अशी पद्धत आहे ज्याद्वारे तुमची पेमेंट सिस्टम किंवा डिव्हाइस एखाद्या व्यक्तीला त्यांच्या कोणत्याही भिन्न जैविक वैशिष्ट्यांद्वारे सत्यापित करते, जसे की डोळयातील पडदा स्कॅन, फिंगरप्रिंट्स किंवा आवाज ओळख इ. आर्थिक क्षेत्रामध्ये, व्यवहार प्रमाणित करण्यासाठी मोबाइल पेमेंट ॲप्स आणि इतर डिजिटल पेमेंट उपयांद्वारे बायोमेट्रिक पडताळणी केली जाते. उदाहरणार्थ, जेव्हा वापरकर्ते व्यवहार करतात, तेव्हा ते वापरत असलेले मोबाइल पेमेंट सोल्यूशन्स त्यांच्या डिव्हाइसवर पेमेंट विनंतीद्वारे त्याबद्दलची माहिती सामायिक करतात. सक्षम असल्यास, सिस्टम वर्तनात्मक बायोमेट्रिक माहिती देखील विचारेल, जी यशस्वीरित्या सबमिट केल्याने व्यवहार पूर्ण होतो. हा अतिरिक्त सुरक्षा स्तर व्यवहार प्रक्रिया अधिक मजबूत आणि सुरक्षित बनवतो.

५) QR पेमेंट :

QR-आधारित पेमेंट उपयांच्या उत्क्रांतीने ग्राहकांना जलद, सोपे आणि सुरक्षित पेमेंट माध्यम प्रदान करून पेमेंट उद्योगात डिजिटल परिवर्तनाची दारे उघडली आहे. हा वापरण्यास-सोपा दृष्टीकोन सध्याच्या परिप्रेक्षामधील डिजिटल पेमेंटच्या सर्वात लोकप्रिय पद्धतींपैकी एक बनवतो. QR-आधारित पेमेंट करण्यासाठी, सर्व वापरकर्त्यांना त्यांच्या बँकेचे ॲप किंवा कोणतेही डिजिटल वॉलेट उघडावे लागेल आणि व्यापाऱ्याचा QR कोड स्कॅन करावा लागेल. त्यांना व्यवहार प्रक्रिया आणि पूर्ण करण्यासाठी कार्ड, नेट बँकिंग किंवा युनिफाइड पेमेंट इंटरफेस (UPI) सारखी कोणतीही डिजिटल पेमेंट पद्धत निवडावी लागेल.

६) ओपन-बँकिंग API :

ओपन बँकिंग ॲप्लिकेशन प्रोग्रामिंग इंटरफेस वापरून, लीगेसी बँका तिसऱ्या पक्षाच्या ॲप्सच्या मदतीने परस्परांमध्ये सहजपणे माहिती हस्तांतरित करू शकतात. मूलभूतपणे, हे APIs कोणत्याही B2B किंवा B2C कंपनीद्वारे त्यांची उत्पादने आणि सेवा गैर-आर्थिक कंपनीच्या प्लॅटफॉर्ममध्ये समाविष्ट करण्यासाठी वापरली जातात. ग्राहक वापरत असलेल्या सेवांवर आधारित, ओपन बँकिंग प्रदाते त्यांच्यावर शुल्क आकारू शकतात

आणि नवीन महसूल प्रवाह उघडू शकतात. शिवाय, ते ग्राहकांसह कार्य करू शकतात आणि माहिती मिळवू शकतात ज्याचा उपयोग त्यांच्या सेवा सुधारण्यासाठी केला जातो. तथापि, २०२१ पर्यंत, केवळ ३०% वित्तीय संस्था ओपन-बँकिंग API वापरत होत्या. यामागील कारण असे आहे की त्यांच्यापैकी बहुतेक जुन्या तंत्रज्ञानाच्या पायाभूत सुविधांशी संबंधित आव्हानांचा सामना करत आहेत.

७) मोबाईल पॉइंट ऑफ सेल :

मोबाईल पॉइंट ऑफ सेल (किंवा MPOS) हे आणखी एक लोकप्रिय तंत्रज्ञान आहे जे पेमेंट उद्योगात डिजिटल परिवर्तन घडवून आणते. हे पार्किंग लॉट, किरकोळ दुकाने, हॉटेल्स इत्यादी ठिकाणी अनेक मोबाइल पेमेंट उपयांची सुविधा देते. उदाहरणार्थ, मोबाइल पॉइंट ऑफ सेल सोल्यूशन ग्राहकांना बिलिंग काउंटरवर रांगेत उभे न राहता डिपार्टमेंटल स्टोअरमधील कोणत्याही ठिकाणाहून पेमेंट करू देते. तसेच, हॉटेलच्या कर्मचाऱ्यांना अभ्यागतांना आत किंवा बाहेर जाण्यासाठी फ्रंट डेस्कवर औपचारिकता करण्याची आवश्यकता नाही. हा मोबाईल पेमेंट प्रवाह केवळ स्टोअर्स किंवा हॉटेल्समध्येच वापरला जात नाही तर लघु व्यवसाय (SMB) बँकिंग किंवा अगदी मोठ्या संस्थांद्वारे देखील वापरला जातो.

८) कृत्रिम बुद्धिमत्ता-आधारित व्हॉइस पेमेंट्स :

जागतिक पेमेंट सेवा (GPS) नेव्हिगेशन आणि मोबाइल शॉपिंगनंतर, कृत्रिम बुद्धिमत्ता-आधारित व्हॉइस असिस्टंट एकात्मिक व्हॉइस-ट्रॅकिंग सिस्टमद्वारे बिल पेमेंटसाठी वापरकर्त्यांना मदत करण्यासाठी सज्ज आहेत. कृत्रिम बुद्धिमत्ता-आधारित व्हॉईस तंत्रज्ञान पेमेंट ॲप्समध्ये समाविष्ट केले जाईल, पेमेंट तंत्रज्ञानाचे भविष्य बदलेल. तसेच, वापरकर्ते कृत्रिम बुद्धिमत्ता-शक्तीवर चालणाऱ्या स्मार्ट स्पीकरचा फायदा घेऊन विशिष्ट आदेशांचा वापर करून बिल भरू शकतात, ज्यामुळे पेमेंट्स सोयीस्कर आणि अखंडित होतात. स्मार्ट स्पीकर ही पुढील काळात मोठी गोष्ट असू शकते, ज्यामुळे व्यवसाय त्यांच्या ग्राहकांशी कसा संवाद साधने बदलू शकतात.

९) वितरित लेजर तंत्रज्ञान :

आर्थिक क्षेत्रातील अनेक कंपन्या आता डिस्ट्रिब्युटेड लेजर टेक्नॉलॉजी (DLT) वापरत आहेत जे मूळ प्रक्रियेतून तृतीय पक्षांचा हस्तक्षेप काढून टाकते. ब्लॉकचेन तंत्रज्ञान, कदाचित सर्वात लोकप्रिय डिस्ट्रिब्युटेड लेजर टेक्नॉलॉजी असून वापरकर्ता संवेदनशील माहितीचे अत्यंत सुरक्षित आणि छेडछाड-प्रूफ लॉग तयार करण्यासाठी वापरले जाते. हे तंत्रज्ञान वापरकर्त्याचा विश्वास निर्माण करते, पारदर्शकता सुनिश्चित करते आणि व्यवहार खर्च आणि वेळ कमी करते. याशिवाय, ब्लॉकचेन व्यवसायांना प्रक्रियेचा वेळ अनेक दिवसांपासून काही तासांपर्यंत कमी करण्यात मदत करते, विशेषतः सीमापार पेमेंटच्या बाबतीत.

१०) इंटरनेट ऑफ पेमेंट्स (IoP) :

सतत वाढणाऱ्या इंटरनेट ऑफ पेमेंट्स तंत्रज्ञानातील सेवांपैकी एक असल्याने, इंटरनेट ऑफ पेमेंट्स बँकिंग आणि वित्तीय क्षेत्रात लक्षणीय क्रांती घडवून आणते. इंटरनेट ऑफ पेमेंट्स हे फिनटेक कंपन्यांना IoP उपकरणांवर व्यवहार करण्याची परवानगी देते, जसे की वेअरेबल किंवा स्मार्ट ऑटोमोबाईल्स. उदाहरणार्थ, FitBit Pay, FitBit बँडमधील वैशिष्ट्यांपैकी एक, वापरकर्त्यांना टोकनायझेशन वापरून संपर्करहित पेमेंट करण्याची मुभा देते. त्याचप्रमाणे, ग्राहक गॅस स्टेशन्स आणि पार्किंग लॉटवर अखंडपणे पेमेंट करण्यासाठी कारमधील पेमेंट ॲप्स वापरू शकतात.

▷ २.४ डिजिटल बँकिंगमधील जोखीम आणि धोके :

डिजिटल बँकिंगमध्ये सायबरसुरक्षा उल्लंघन, माहितीची चोरी, फिशिंग हल्ले आणि मालवेअर संक्रमण यासारख्या अनेक जोखीम आणि धोक्यांचा सामना करावा लागतो ज्यामुळे ग्राहकांची माहिती आणि आर्थिक मालमत्तेशी तडजोड होऊ शकते. शिवाय, मोबाइल बँकिंग अॅप्सच्या वाढत्या वापरामुळे वापरकर्त्यांना मोबाइल-विशिष्ट धोक्यांचा सामना करावा लागतो, जसे की मोबाइल मालवेअर आणि सिम कार्ड स्वॅपिंग. वित्तीय सेवांसाठी जटिल नियामक परिप्रेक्ष पाहता नियामक अनुपालन आणि कायदेशीर जोखीम देखील वाढतात. याव्यतिरिक्त डिजिटल बँकिंग सेवांचा विस्तार होत असताना, ओळख चोरी, सामाजिक अभियांत्रिकी आणि फसवणूक योजनांबाबत चिंता वाढतच जाते, डिजिटल क्षेत्रातील वित्तीय व्यवहारांची अखंडता आणि गोपनीयता सुरक्षित ठेवण्यासाठी मजबूत सुरक्षा उपाय, वापरकर्ता शिक्षण आणि सतत दक्ष राहणे आवश्यक आहे.

२.४.१ सायबर सुरक्षा :

सायबरसुरक्षा म्हणजे संगणक प्रणाली, नेटवर्क आणि डिजिटल मालमत्तेचे अनधिकृत प्रवेश, माहितीचे उल्लंघन, चोरी किंवा नुकसान यापासून रक्षण करण्याचा सराव होय. यात संवेदनशील माहितीचे संरक्षण करणे आणि डिजिटल संसाधनांची गोपनीयता, अखंडता आणि उपलब्धता राखणे या उद्देशाने तंत्रज्ञान, प्रक्रिया आणि सर्वोत्तम पद्धतींचा समावेश आहे. वाढत्या परस्परसंबंधित आणि डिजिटायझ्ड जगात, सायबरसुरक्षिततेला अनन्यसाधारण महत्त्व आहे, कारण सायबर धोके जसे की मालवेअर, रॅन्समवेअर, फिशिंग हल्ले आणि हॅकिंगचे प्रयत्न वारंवारतेत विकसित होत आहेत. हे धोके कमी करण्यासाठी आणि त्यांच्या डिजिटल पायाभूत सुविधा आणि डेटाची लवचिकता सुनिश्चित करण्यासाठी संस्था आणि व्यक्तींनी फायरवॉल, एनक्रिप्शन, मल्टी-फॅक्टर ऑथेंटिकेशन आणि नियमित सुरक्षा ऑडिट यासारख्या मजबूत सायबर सुरक्षा उपायांचा वापर केला पाहिजे.

अ) अर्थ :

सायबर सुरक्षा म्हणजे संगणक प्रणाली, नेटवर्क आणि डिजिटल माहितीचे अनधिकृत प्रवेश, माहितीचे उल्लंघन, चोरी किंवा नुकसान यापासून संरक्षण करण्याच्या सरावाचा संदर्भ. यामध्ये डिजिटल मालमत्तेचे रक्षण करण्यासाठी सुरक्षा उपाय, तंत्रज्ञान आणि सर्वोत्तम पद्धतींच्या अंमलबजावणीचा समावेश आहे आणि वाढत्या परस्पर जोडलेल्या व डिजिटलीकृत जगात माहितीची गोपनीयता, अखंडता आणि उपलब्धता सुनिश्चित करणे, जिथे मालवेअर, फिशिंग हल्ले आणि हॅकिंगचे प्रयत्न यासारखे सायबर धोके लक्षणीय आहेत. या धोक्यांपासून एक मजबूत संरक्षण प्रस्थापित करणे हे सायबरसुरक्षिततेचे उद्दिष्ट आहे, ज्यामुळे डिजिटल सिस्टीमची गोपनीयता, सुरक्षितता आणि कार्यक्षमता व त्यामध्ये असलेली संवेदनशील माहिती संरक्षित होते.

ब) व्याख्या :

सायबर सुरक्षेच्या व्याख्या खालीलप्रमाणे आहेत :

१) नॅशनल इन्स्टिट्यूट ऑफ स्टँडर्ड्स अँड टेक्नॉलॉजी (NIST) :

''सायबर सुरक्षा म्हणजे सिस्टीम, नेटवर्क्स आणि प्रोग्राम्स यांचे डिजिटल हल्ले, चोरी आणि नुकसानापासून संरक्षण करणे तसेच माहितीची गोपनीयता, अखंडता आणि उपलब्धता सुनिश्चित करणे.''

२) ब्रुस श्रियर :

''सायबर सुरक्षा ही जोखीम कमी करण्याविषयी आहे. यामध्ये डिजिटल तंत्रज्ञान आणि ते हाताळत असलेल्या माहितीशी संबंधित जोखीम समजून घेणे, व्यवस्थापित करणे आणि कमी करणे समाविष्ट आहे.''

३) पीटर सिंगर :

''सायबर सुरक्षा म्हणजे सायबर डोमेनमधील अनाधिकृत प्रवेश, व्यत्यय, बदल किंवा विनाश यापासून मौल्यवान मालमत्तेचे संरक्षण करणे.''

४) तालिब चौधरी :

''सायबर सुरक्षा हे प्रक्रिया, पद्धती, तंत्रज्ञान आणि संस्थेच्या डिजिटल मालमत्तेचे संरक्षण करणारे आणि सायबर धोक्यांना तोंड देत व्यवसाय सातत्य सुनिश्चित करणारे लोक यांचे संयोजन आहे.''

क) सायबर सुरक्षा उपायांची गरज :

आजच्या परस्पर जोडलेल्या डिजिटल जगात सायबर सुरक्षेचे महत्व अधोरेखित करणारे मुद्दे पुढीलप्रमाणे आहेत:

१) व्यापक डिजिटलायझेशन :

२१ व्या शतकात डिजिटल तंत्रज्ञान आपल्या दैनंदिन जीवनाचा आणि व्यवसायाचा अविभाज्य भाग बनले आहे. ऑनलाइन खरेदीपासून महत्वपूर्ण पायाभूत सुविधांपर्यंत, आपल्या अस्तित्वाचा जवळजवळ प्रत्येक पैलू डिजिटल प्रणालींवर अवलंबून असतो. हे व्यापक डिजिटलायझेशन सायबर धोक्यांसाठी असंख्य प्रवेशद्वारे तयार करते, ज्यामुळे व्यक्ती, संस्था आणि समाजावरील संभाव्य हल्ल्यांपासून संरक्षण करण्यासाठी सायबर सुरक्षा आवश्यक बनते.

२) संवेदनशील माहितीचे संरक्षण :

संवेदनशील आणि गोपनीय माहितीचे संरक्षण हे सायबर सुरक्षेसाठी महत्त्वपूर्ण आहे. व्यक्ती आणि संस्था क्रेडिट कार्डच्या तपशिलांपासून वैद्यकीय नोंदींपर्यंत मोठ्या प्रमाणावर वैयक्तिक आणि आर्थिक माहिती ऑनलाइन संग्रहित करतात. सायबर सुरक्षा या माहितीची चोरी किंवा दुर्भावनापूर्ण कर्त्यांकडून तडजोड करण्यापासून, ओळख चोरी, फसवणूक आणि गोपनीयतेचे उल्लंघन यापासून संरक्षण करते.

३) वाढते सायबर गुन्हे :

सायबर गुन्ह्यांची व्याप्ती झपाट्याने वाढत आहे. हॅकर्स आणि सायबर क्रिमिनल व्यक्ती, व्यवसाय आणि सरकार यांना रॅन्समवेअर, फिशिंग आणि माहिती उल्लंघनासारख्या विस्तृत हल्ल्यांद्वारे लक्ष्य करतात. सायबर गुन्ह्यांमुळे होणारे आर्थिक नुकसान आणि प्रतिष्ठेला होणारे नुकसान हे भक्कम सायबर सुरक्षा उपायांची तातडीची गरज अधोरेखित करते.

४) पायाभूत सुविधांचे संरक्षण :

आधुनिक समाज ऊर्जा, पाणी पुरवठा, वाहतूक व्यवस्था आणि आरोग्य सुविधा यासारख्या महत्वपूर्ण पायाभूत सुविधांवर मोठ्या प्रमाणावर अवलंबून असतात. या प्रणाली इंटरनेटशी वाढत्या प्रमाणात जोडल्या जात आहेत, ज्यामुळे ते सायबर हल्ल्यांना बळी पडतात. या महत्त्वाच्या सेवांचीअखंडित कार्यप्रणाली सुनिश्चित करण्यासाठी आणि आपत्तीजनक परिणाम होऊ शकणारे संभाव्य व्यत्यय टाळण्यासाठी प्रभावी सायबर सुरक्षा महत्त्वाची आहे.

५) बौद्धिक संपदा संरक्षण :

पेटंट, ट्रेड सिक्रेट्स आणि प्रोप्रायटरी सॉफ्टवेअरसारख्या बौद्धिक संपदा या व्यवसाय आणि संस्थांसाठी एक मौल्यवान संपत्ती दर्शवतात. बौद्धिक मालमत्तेची चोरी होऊ शकते किंवा तडजोड करण्याच्या उद्देशाने सायबर हल्ल्यांमुळे लक्षणीय आर्थिक नुकसान होऊ शकते तसेच नवकल्पना व स्पर्धात्मकतेचे नुकसान होऊ शकते. या मालमत्तेची चोरी किंवा अनधिकृत प्रवेशापासून रक्षण करण्यासाठी सायबर सुरक्षा उपाय आवश्यक आहेत.

६) राष्ट्रीय सुरक्षेचे रक्षण :

राष्ट्रांना राज्य-प्रायोजित आणि गैर-राज्य कर्त्यांकडून सायबर धोक्यांचा सामना करावा लागतो. सायबर हल्ले सरकारी यंत्रणा, लष्करी पायाभूत सुविधा आणि संवेदनशील गुप्तचर माहिती यांना लक्ष्य करू शकतात. राष्ट्रीय सुरक्षेच्या हिताचे रक्षण करण्यासाठी आणि हेरगिरी किंवा तोडफोडीचे प्रयत्न रोखण्यासाठी प्रभावी सायबर सुरक्षा आवश्यक आहे.

७) गोपनीयता संरक्षण :

ऑनलाइन गोपनीयता हा मूलभूत अधिकार आहे जो व्यक्ती आणि संस्थांनी राखला पाहिजे. सायबर सुरक्षा अनधिकृत प्रवेश किंवा गैरवापरापासून वैयक्तिक माहितीचे रक्षण करून व्यक्तींच्या गोपनीयतेचे संरक्षण करण्यास मदत करते. ते युरोपमधील GDPR (जनरल डेटा प्रोटेक्शन रेग्युलेशन) सारख्या गोपनीयता नियमांचे पालन करून माहिती हाताळली जात असल्याची खात्री करते.

८) आर्थिक व्यवस्थेचे संरक्षण :

मौल्यवान माहिती आणि मालमत्तेच्या महत्त्वामुळे वित्तीय क्षेत्र हे सायबर गुन्हेगारांसाठी मुख्य लक्ष्य आहे. बँका, स्टॉक एक्स्चेंज आणि वित्तीय संस्थांवरील सायबर हल्ल्यांमुळे वित्तीय अस्थिरता निर्माण होऊन वित्तीय प्रणालीवरील विश्वास कमी होऊ शकतो. वित्तीय प्रणालींची अखंडता आणि स्थिरता राखण्यासाठी सायबर सुरक्षा उपाय आवश्यक आहेत.

९) व्यवसायातील सातत्य सुनिश्चित करणे :

संस्था त्यांचे कार्य करण्यासाठी डिजिटल प्रणाली आणि नेटवर्कवर अवलंबून असतात. या प्रणालींमध्ये व्यत्यय आणणाऱ्या सायबर हल्ल्यांचा व्यवसायाच्या सातत्यांवर गंभीर परिणाम होतो, ज्यामुळे आर्थिक नुकसान आणि प्रतिष्ठास हानी पोहचते. सायबर सुरक्षा रणनीती ही संघटनांची लवचिकता वाढवण्यासाठी तयार केली आहे, ज्यामुळे ते सायबर धोक्यांचा सामना करत देखील कार्यरत राहू शकतात.

१०) नियमांचे पालन :

सरकार आणि नियामक संस्थांनी सायबर सुरक्षेचे महत्त्व ओळखले आहे आणि असे विविध नियम व मानके लागू केली आहेत, ज्यांचे संस्थांनी पालन केले पाहिजे. या सायबर सुरक्षा आवश्यकता पूर्ण करण्यात अयशस्वी झाल्यास कायदेशीर दंड होऊ शकतो आणि संस्थेच्या प्रतिष्ठेला हानी पोहोचू शकते. म्हणून सायबर सुरक्षा हा केवळ एक उत्तम सराव नाही तर अनेक व्यवसायांसाठी कायदेशीर बंधन आहे.

ड) सायबर सुरक्षेस आव्हाने :

सायबर सुरक्षा क्षेत्रातील प्रमुख आव्हाने पुढीलप्रमाणे आहेत :

१) विकसित होणारे सायबर धोका परिप्रेक्ष :

सायबर सुरक्षा परिप्रेक्ष सतत उत्क्रांतीच्या अवस्थेत आहे, सायबर गुन्हेगार अधिकाधिक अत्याधुनिक आणि वैविध्यपूर्ण आक्रमण तंत्र विकसित करत आहेत. सायबर धोक्यांचे हे गतिशील स्वरूप संस्था आणि सुरक्षा व्यावसायिकांसाठी एक महत्त्वपूर्ण आव्हान आहे. त्यामुळे त्यांनी सायबर गुन्हेगारांच्या पुढे राहण्यासाठी त्यांचे संरक्षण सतत जुळवून घेणे आणि अद्यतनित करणे आवश्यक आहे.

२) सायबर सुरक्षा कौशल्याची कमतरता :

कुशल सायबर सुरक्षा व्यावसायिकांची जागतिक कमतरता आहे. सायबर सुरक्षा तज्ज्ञांची मागणी पुरवठ्यापेक्षा कितीतरी पटीने जास्त आहे, ज्यामुळे प्रतिभा दरी निर्माण होते. तसेच संस्थांना त्यांच्या सुरक्षा संघांसाठी पुरेसा

कर्मचारी वर्ग नेमणे करणे कठीण होते. या कमतरतेमुळे असुरक्षा दुर्लक्षित होण्याचा धोका वाढतो आणि सायबर घटनांना प्रभावीपणे प्रतिसाद देण्यास आव्हाने निर्माण होतात.

३) झपाट्याने विस्तारित होणारे आक्रमण :

इंटरनेट-कनेक्ट केलेल्या उपकरणांच्या प्रसारामुळे, हल्ल्याची शक्यता लक्षणीयरीत्या विस्तारली आहे. इंटरनेट ऑफ थिंग्ज (IoT), क्लाउड कंप्युटिंग आणि मोबाइल डिव्हाइस सायबर गुन्हेगारांना लक्ष्य करण्यासाठी अधिक प्रवेश बिंदू प्रदान करतात. या विशाल आणि वैविध्यपूर्ण हल्ल्याच्या व्याप्तीचे व्यवस्थापन आणि सुरक्षितता हे संस्थांसाठी एक मोठे आव्हान आहे.

४) अंतर्गत धमक्या :

अंतर्गत धमक्या हेतुपुरस्सर असोत किंवा अनावधानाने असोत ते एक महत्त्वपूर्ण सायबर सुरक्षा आव्हान राहिले आहे. संवेदनशील माहितीमध्ये प्रवेश असलेले दुर्भावनापूर्ण कर्मचारी किंवा कंत्राटदार लक्षणीय नुकसान करू शकतात. याव्यतिरिक्त, फिशिंग लिंकवर क्लिक करणे किंवा सुरक्षा सेटिंग्ज चुकीचे कॉन्फिगर करणे यासारख्या अनवधानाने केलेल्या क्रियांमुळे देखील माहितीचे उल्लंघन होऊ शकते.

५) प्रगत पर्सिस्टंट थ्रेट (APTs) :

प्रगत पर्सिस्टंट थ्रेट हे अत्यंत अत्याधुनिक आणि गुप्त सायबर हल्ले आहेत, जे सहसा राष्ट्र-राज्ये किंवा चांगल्या अर्थसहाय्यित गुन्हेगारी संघटनांद्वारे केले जातात. हेरगिरी, माहितीची चोरी किंवा तोडफोड करण्याच्या उद्देशाने विशिष्ट संस्था किंवा व्यक्तींना लक्ष्य करून हे हल्ले दीर्घकाळ टिकू शकतात. प्रगत पर्सिस्टंट थ्रेट शोधणे आणि कमी करणे आव्हानात्मक असते.

६) पुरवठा साखळीतील भेद्यता :

अनेक संस्था विविध सेवा आणि सॉफ्टवेअर घटकांसाठी जटिल पुरवठा साखळी आणि तृतीय-पक्ष विक्रेत्यांवर अवलंबून असतात. सायबर गुन्हेगार अनेकदा या पुरवठा साखळ्यांना लक्ष्य करतात, लक्ष्यित संस्थेच्या प्रणालींमध्ये प्रवेश मिळविण्यासाठी असुरक्षिततेचे शोषण करतात. संपूर्ण पुरवठा साखळीची सुरक्षा सुनिश्चित करणे हे एक महत्त्वाचे आव्हान आहे.

७) शून्य-दिवस असुरक्षा :

शून्य-दिवस असुरक्षा ही सुरक्षा त्रुट आहे, जी सॉफ्टवेअर विक्रेत्यासाठी अज्ञात आहे आणि म्हणूनच घटक आहे. पॅच विकसित होण्यापूर्वी सायबर गुन्हेगार या असुरक्षिततेचा फायदा घेऊ शकतात, ज्यामुळे संघटनांना अशा हल्ल्यांपासून बचाव करणे कठीण होते. हे वेळेवर ओळखणे आणि शून्य-दिवस कमी करणे हे एक आव्हानात्मक कार्य आहे.

८) अनुपालन आणि नियामक जटिलता :

संस्थांना GDPR, HIPAA आणि PCI DSS सारख्या सायबरसुरक्षा नियम आणि अनुपालन आवश्यकतांच्या जटिल परिप्रेक्षाचा सामना करावा लागतो. या दायित्वांची पूर्तता करण्यासाठी भरीव संसाधने आणि कौशल्य आवश्यक आहे आणि त्याचे पालन न केल्याने मोठा दंड व कायदेशीर परिणाम होऊ शकतात.

९) वापरकर्ता जागरूकता आणि प्रशिक्षण :

सुरक्षा घटनांमध्ये मानवी त्रुटी हे एक प्रमुख कारण आहे. कर्मचारी आणि वापरकर्ते सायबर सुरक्षा सर्वोत्तम पद्धतींबद्दल शिक्षित आहेत आणि फिशिंग हल्ले व सामाजिक अभियांत्रिकी प्रयत्नांविरुद्ध जागरूक आहेत याची खात्री करणे हे संस्थांसाठी सतत आव्हान आहे.

१०) सुरक्षा आणि उपयोगिता संतुलित करणे :

मजबूत सुरक्षा उपाय आणि वापरकर्त्यांच्या सोयींमध्ये योग्य संतुलन राखणे हे सतत आव्हान असते. अत्याधिक प्रतिबंधात्मक सुरक्षा उपायांची अंमलबजावणी करणे उत्पादकतेमध्ये अडथळा आणू शकते आणि वापरकर्त्यांना निराश करू शकते तसेच अत्याधिक शिथिल सुरक्षा संस्थांना धोक्यात आणू शकते. त्यामुळे योग्य समतोल शोधणे आवश्यक आहे परंतु आव्हानात्मक आहे.

२.४.२ राष्ट्रीय सायबर सुरक्षा धोरण (NCSP) :

राष्ट्रीय सायबर सुरक्षा धोरण ही डिपार्टमेंट ऑफ इलेक्ट्रॉनिक्स अँड इन्फॉर्मेशन टेक्नॉलॉजी (DeitY) ची धोरण संरचना आहे जीचा उद्देश सार्वजनिक आणि खाजगी पायाभूत सुविधांचे सायबर हल्ल्यांपासून संरक्षण करणे आहे. यात माहिती, जसे की वैयक्तिक माहिती (वेब वापरकर्त्यांची), वित्तीय आणि बँकिंग माहिती व सार्वभौम माहितीचे संरक्षण करण्याचा हेतू आहे. हे विशेषतः अमेरिकेची राष्ट्रीय सुरक्षा यंत्रणा (NSA) लीकच्या पार्श्वभूमीवर संबंधित होते, ज्याने सूचित केले की अमेरिकन सरकारी यंत्रणा भारतीय वापरकर्त्यांची हेरगिरी करत आहेत, ज्यांच्या विरुद्ध कोणतेही कायदेशीर किंवा तांत्रिक सुरक्षा उपाय नाहीत. दळणवळण आणि माहिती तंत्रज्ञान मंत्रालय (भारत) सायबर स्पेसची व्याख्या लोकांमधील परस्परसंवाद, माहिती आणि संप्रेषण तंत्रज्ञानाच्या जागतिक वितरणाद्वारे समर्थित सॉफ्टवेअर सेवा असलेले जटिल पर्यावरण म्हणून करते.

अ) सायबर सुरक्षा धोरणांचे कारण :

२०१३ पूर्वी भारताकडे सायबर सुरक्षा धोरण नव्हते. २०१३ मध्ये, द हिंदू वृत्तपत्राने, राष्ट्रीय सुरक्षा यंत्रणा व्हिसल-ब्लोअर एडवर्ड स्नोडेनने लीक केलेल्या दस्तऐवजांचा हवाला देऊन आरोप केला आहे की राष्ट्रीय सुरक्षा यंत्रणा पाळत ठेवत असलेला बराचसा भाग भारताच्या देशांतर्गत राजकारणावर आणि त्याच्या धोरणात्मक आणि व्यावसायिक हितांवर केंद्रित होता. यामुळे लोकांमध्ये एकच खळबळ उडाली. दबावाखाली सरकारने २ जुलै २०१३ रोजी राष्ट्रीय सायबर सुरक्षा धोरणाचे अनावरण केले.

ब) दृष्टी :

नागरिक, व्यवसाय आणि सरकारसाठी सुरक्षित आणि लवचिक सायबरस्पेस तयार करण्यासाठी आणि वापरकर्त्यांच्या गोपनीयतेमध्ये हस्तक्षेप करण्यापासून कोणाचेही संरक्षण करण्यासाठी २०१८ पर्यंत पाच लाख सायबर सुरक्षा कर्मचाऱ्यांना प्रशिक्षण देण्याचे पाच वर्षांचे लक्ष्य नमूद केले आहे.

क) मिशन :

सायबर स्पेसमध्ये माहिती आणि माहितीच्या पायाभूत सुविधांचे संरक्षण करण्यासाठी, सायबर धोक्याला प्रतिबंध करण्यासाठी आणि प्रतिसाद देण्यासाठी क्षमता निर्माण करणे, असुरक्षा कमी करणे आणि संस्थात्मक संरचना, लोक, प्रक्रिया, तंत्रज्ञान आणि सहकार्य यांच्या संयोजनाद्वारे सायबर घटनांमधून होणारे नुकसान कमी करणे.

ड) उद्दिष्टे :

राष्ट्रीय सायबर सुरक्षा धोरणाची उद्दिष्टे खालीलप्रमाणे आहेत :

१) देशात सुरक्षित सायबर परिसंस्था तयार करण्यासाठी, माहिती तंत्रज्ञान प्रणाली आणि सायबर स्पेसमधील व्यवहारांवर पुरेसा विश्वास आणि आत्मविश्वास निर्माण करणे आणि त्याद्वारे अर्थव्यवस्थेच्या सर्व क्षेत्रांमध्ये माहिती तंत्रज्ञानाचा अवलंब वाढवणे.

२) सुरक्षा धोरणांच्या डिझाइनसाठी आणि जागतिक सुरक्षा मानकांचे पालन करण्यासाठी तसेच अनुरूप मूल्यांकन (उत्पादन, प्रक्रिया, तंत्रज्ञान आणि लोक) च्या मार्गाने सर्वोत्तम पद्धतींचे पालन करण्यासाठी, कृतींना प्रोत्साहन देण्यासाठी आणि सक्षम करण्यासाठी एक आश्वासकी चौकट तयार करणे.

३) सुरक्षित सायबर स्पेस परिसंस्था सुनिश्चित करण्यासाठी नियामक चौकट मजबूत करणे.

४) प्रभावी अंदाज, प्रतिबंधात्मक, संरक्षणात्मक, प्रतिसाद आणि पुनर्प्राप्ती कृतींद्वारे पायाभूत सुविधांवरील धोक्यांशी संबंधित धोरणात्मक माहिती मिळविण्यासाठी राष्ट्रीय आणि क्षेत्रीय स्तरावर 24x7 यंत्रणा वाढवणे आणि तयार करणे. प्रतिसाद, निराकरण आणि संकट व्यवस्थापनासाठी परिस्थिती निर्माण करणे.

५) 24x7 नॅशनल क्रिटिकल इन्फॉर्मेशन इन्फ्रास्ट्रक्चर प्रोटेक्शन सेंटर (NCIIPC) चालवून आणि माहिती संसाधनांची रचना, संपादन, विकास, वापर आणि कार्यपध्दतीशी संबंधित सुरक्षा पद्धती अनिवार्य करून राष्ट्राच्या महत्त्वपूर्ण माहितीच्या पायाभूत सुविधांचे संरक्षण आणि लवचिकता वाढवणे.

६) सीमावर्ती तंत्रज्ञान संशोधन, समाधानाभिमुख संशोधन, संकल्पनेचा पुरावा, प्रायोगिक विकास, संक्रमण, प्रसार आणि व्यावसायीकरण याद्वारे योग्य स्वदेशी सुरक्षा तंत्रज्ञान विकसित करणे. ज्यामुळे सर्वसाधारणपणे सुरक्षित माहिती-तंत्रज्ञान उत्पादने/प्रक्रियांची व्यापक तैनाती होते विशेषतः राष्ट्रीय सुरक्षा आवश्यकता पूर्ण करण्यासाठी.

७) अशा उत्पादनांच्या सुरक्षिततेची चाचणी आणि प्रमाणीकरण करण्यासाठी पायाभूत सुविधांची स्थापना करून माहिती-तंत्रज्ञान उत्पादने आणि सेवांच्या अखंडतेची दृश्यमानता सुधारणे.

८) क्षमता निर्माण, कौशल्य विकास आणि प्रशिक्षणाद्वारे पुढील ५ वर्षांत सायबर सुरक्षेमध्ये कुशल ५,००,००० व्यावसायिकांचे कार्यबल तयार करणे.

९) मानक सुरक्षा पद्धती आणि प्रक्रियांचा अवलंब करण्यासाठी व्यवसायांना आर्थिक लाभ प्रदान करणे.

१०) नागरिकांच्या माहितीच्या गोपनीयतेचे रक्षण करण्यासाठी आणि सायबर क्राइम किंवा माहितीच्या चोरीमुळे होणारे आर्थिक नुकसान कमी करण्यासाठी प्रक्रिया, हाताळणी, संचयन आणि संक्रमण यादरम्यान माहितीचे संरक्षण सक्षम करणे.

११) योग्य विधायी हस्तक्षेपाद्वारे सायबर गुन्ह्यांचा प्रभावी प्रतिबंध, तपास आणि खटला चालवणे आणि कायद्याची अंमलबजावणी क्षमता वाढवणे.

१२) प्रभावी संप्रेषण आणि जाहिरात धोरणाद्वारे जबाबदार वापरकर्ता वर्तन आणि कृती सक्षम करणारी सायबर सुरक्षा आणि गोपनीयतेची संस्कृती तयार करणे.

१३) सायबर स्पेसची सुरक्षा वाढवण्यासाठी तांत्रिक आणि कार्यात्मक सहकार्य आणि योगदानाद्वारे प्रभावी सार्वजनिक-खाजगी भागीदारी आणि सहयोगी सहभाग विकसित करणे.

१४) सायबर स्पेसच्या सुरक्षेची आवश्यकता पुढे नेण्यासाठी सामायिक समजूतदारपणा आणि संबंधांचा फायदा घेऊन जागतिक सहकार्य वाढवणे.

▷ २.५ भारतातील बँकिंग आणि वित्तीय सेवांमधील उदयोन्मुख प्रवाह :

भारतातील बँकिंग आणि वित्तीय सेवांमधील उदयोन्मुख प्रवाहांमध्ये डिजिटल बँकिंग उपाय जसे की मोबाइल बँकिंग ॲप्स आणि डिजिटल वॉलेट्स, तसेच पीअर-टू-पीअर लेंडिंग आणि ब्लॉकचेन-आधारित उपाय सारख्या फिनटेक नवकल्पनांचा विस्तार यांचा समावेश आहे. जोखीम मूल्यांकन, फसवणूक शोधणे आणि ग्राहक सेवेसाठी वित्तीय कार्यपद्धतीमध्ये कृत्रिम बुद्धिमत्ता आणि मशीन लर्निंगचे एकत्रीकरण देखील वाढत आहे. याशिवाय, जन धन योजना आणि ऑनलाइन ट्रेडिंग व गुंतवणूक प्लॅटफॉर्म यांच्या वाढीसारख्या उपक्रमांद्वारे आर्थिक समावेशनासाठी भारत सरकारचा प्रयत्न यामुळे परिप्रेक्ष्य बदलत आहे, ज्यामुळे मोठ्या लोकसंख्येसाठी वित्तीय सेवा अधिक सुलभ आणि कार्यक्षम बनत आहेत. शिवाय भारतातील वित्तीय निर्णय घेण्याच्या दृष्टीने पर्यावरण आणि सामाजिक विचारांचा अविभाज्य घटक बनल्यामुळे शाश्वत आणि जबाबदार बँकिंग पद्धतींना महत्त्व प्राप्त होत आहे.

२.५.१ ब्लॉक चेन :

ब्लॉकचेन हे विकेंद्रित आणि अपरिवर्तनीय डिजिटल लेजर तंत्रज्ञान आहे जे संगणकाच्या नेटवर्कवर सुरक्षितपणे व्यवहारांची नोंद करते. हे ब्लॉक्सच्या साखळीद्वारे कार्य करते, प्रत्येकामध्ये व्यवहारांचा एक बॅच असतो, नवीन ब्लॉक्स अनुक्रमे जोडले जातात. ब्लॉकचेनची एकमत यंत्रणा केंद्रीय प्राधिकरणाची गरज न घेता सहभागींमध्ये विश्वास आणि पारदर्शकता सुनिश्चित करते. व्यवहार हे क्रिप्टोग्राफिक रीतीने जोडलेले आणि टाइम-स्टॅम्प केलेले असतात, ज्यामुळे मागील रेकॉर्ड बदलणे अत्यंत कठीण होते. हे Bitcoin सारख्या क्रिप्टोकरन्सीपासून ते पुरवठा साखळी व्यवस्थापन, मतदान प्रणाली, माहिती व्यवस्थापन आणि मूल्य विनिमयामध्ये सुरक्षा, शोधण्यायोग्यता आणि कार्यक्षमता वाढवून उद्योगांमध्ये क्रांती घडवून आणणाऱ्या, विस्तृत अनुप्रयोगांसाठी ब्लॉकचेन योग्य बनवते.

अ) अर्थ :

ब्लॉकचेन हे विकेंद्रित डिजिटल लेजर तंत्रज्ञान आहे जे संगणकाच्या नेटवर्कवरील व्यवहारांची सुरक्षितपणे नोंद आणि पडताळणी करते तसेच पारदर्शकता, अपरिवर्तनीयता आणि मध्यस्थांच्या गरजेशिवाय विश्वास सुनिश्चित करते, क्रिप्टोकरन्सीपासून पुरवठा साखळी व्यवस्थापन आणि विविध उद्योग व अनुप्रयोगांसाठी ते एक क्रांतिकारी साधन बनवते.

ब) व्याख्या :

ब्लॉकचेनच्या व्याख्या खालीलप्रमाणे आहेत :

१) आंद्रियास एम. अँटोनोपो :

"ब्लॉकचेन हे विकेंद्रित, वितरीत खातेवही आहे जे संगणकाच्या नेटवर्कवरील सर्व व्यवहारांची नोंद करते. हे माहिती सत्यापित आणि नोंद करण्यास छेडछाड करण्याविरुद्ध प्रतिरोधक आणि पारदर्शक मार्ग प्रदान करते."

२) मेलानी स्वान :

"ब्लॉकचेन हे व्यवहारांची नोंद आणि पडताळणी करण्यासाठी एक डिजिटल तंत्रज्ञान आहे, ज्यामुळे विश्वासार्ह मध्यस्थाची गरज न पडता अनेक पक्षांना सहमती मिळू शकते."

३) विल्यम मौगायर :

"ब्लॉकचेन हा एक जागतिक वितरीत माहितीसंच आहे जो लाखो उपकरणांवर चालतो. ज्यामध्ये विकेंद्रीकरण, सुरक्षा, पारदर्शकता आणि वित्त यापलीकडे विविध क्षेत्रांमध्ये स्वयंचलनाचे वचन दिले जाते."

४) इम्रान बशीर :

"ब्लॉकचेन एक वितरीत, विकेंद्रित, सार्वजनिक खातेवही आहे ज्याचा वापर अनेक संगणकांवरील व्यवहारांची नोंद करण्यासाठी केला जातो."

क) ब्लॉकचेनची वैशिष्ट्ये :

ब्लॉकचेनची वैशिष्ट्ये खालीलप्रमाणे आहेत :

१) विकेंद्रीकरण :

ब्लॉकचेनचा केंद्रबिंदू हे त्याचे विकेंद्रित स्वरूप आहे. पारंपारिक केंद्रीकृत प्रणालींमध्ये एकच संस्था किंवा प्राधिकरण माहिती नियंत्रित करते याउलट, ब्लॉकचेन जगभरात वितरीत केलेल्या संगणकांच्या (नोड्स) नेटवर्कवर कार्य करते. हे विकेंद्रीकरण सुनिश्चित करते की कोणत्याही एका घटकावर अंतिम नियंत्रण नाही, ज्यामुळे ते सेन्सॉरशिप आणि अपयशाच्या एकल बिंदूंना प्रतिरोधक बनवते.

२) पारदर्शकता :

ब्लॉकचेनचे वर्णन अनेकदा पारदर्शक आणि खुले खातेपत्र म्हणून केले जाते. ब्लॉकचेनवर होणारे सर्व व्यवहार नेटवर्कमधील सर्व सहभागींसाठी दृश्यमान असतात. ही पारदर्शकता वापरकर्त्यांमध्ये विश्वास वाढवते, कारण ते स्वतंत्रपणे व्यवहारांची पडताळणी आणि अंकेक्षण करू शकतात.

३) अपरिवर्तनीयता :

एकदा ब्लॉकचेनवर माहितीची नोंद झाली की ती बदलणे किंवा हटवणे अत्यंत कठीण होते. प्रत्येक ब्लॉकमध्ये मागील ब्लॉकचा क्रिप्टोग्राफिक संदर्भ असतो, ज्यामुळे ब्लॉक्सची साखळी तयार होते. ही अपरिवर्तनीयता ऐतिहासिक माहितीची अखंडता सुनिश्चित करते, ब्लॉकचेन एक सुरक्षित आणि छेडछाड-प्रतिरोधक तंत्रज्ञान बनवते.

४) क्रिप्टोग्राफीद्वारे सुरक्षा :

ब्लॉकचेन माहिती सुरक्षित करण्यासाठी प्रगत क्रिप्टोग्राफिक तंत्र वापरते. प्रत्येक व्यवहार डिजिटली स्वाक्षरी केलेला असतो आणि सहमती यंत्रणा हे सुनिश्चित करते की खातेवहीमध्ये फक्त वैध व्यवहार जोडले जातात. हा क्रिप्टोग्राफिक स्तर फसवणूक आणि अनधिकृत प्रवेशापासून मजबूत संरक्षण प्रदान करतो.

५) सहमती यंत्रणा :

खातेवहीमध्ये नवीन व्यवहार सत्यापित करण्यासाठी आणि जोडण्यासाठी ब्लॉकचेन्स सर्वसहमतीच्या यंत्रणेवर अवलंबून असतात. सर्वात सुप्रसिद्ध यंत्रणा म्हणजे प्रूफ ऑफ वर्क (PoW) ही बिटकॉइनमध्ये वापरली जाते आणि इतर विविध ब्लॉकचेनमध्ये प्रूफ ऑफ स्टेक (PoS) वापरले जाते. या यंत्रणा खात्री करतात की बहुतेक नेटवर्क सहभागी लेजरच्या स्थितीवर सहमत आहेत, सुरक्षा वाढवतात आणि दुहेरी खर्च टाळतात.

६) स्मार्ट करार :

काही ब्लॉकचेन जसे की इथरियम हे स्मार्ट करारांना समर्थन देतात, जे पूर्वनिर्धारित नियम आणि अटींद्वारे स्वयं-अंमलबजावणी करणारे करार आहेत. स्मार्ट कॉन्ट्रॅक्ट्स प्रक्रिया स्वयंचलित करतात, करारांची विश्वासार्ह आणि छेडछाड-विरहित अंमलबजावणी सक्षम करतात. त्यांचे वित्तपुरवठा, पुरवठा साखळी व्यवस्थापन आणि कायदेशीर करार यासारख्या क्षेत्रात उपयोजन केले जाते.

७) विश्वासहीन व्यवहार :

ब्लॉकचेन विश्वासहीन व्यवहार सक्षम करते, याचा अर्थ पक्ष केंद्रीय प्राधिकरण किंवा मध्यस्थ यांच्यावर विश्वास ठेवल्याशिवाय व्यवहार करतात. ब्लॉकचेनची एकमत यंत्रणा आणि क्रिप्टोग्राफिक सुरक्षा विश्वासहीन परस्परसंवाद शक्य करते.

८) टोपणनाव :

ब्लॉकचेन व्यवहार पारदर्शक असले तरी ते टोपणनावही आहेत. वास्तविक-जगातील ओळखीऐवजी, वापरकर्त्यांच्या क्रिप्टोग्राफिक पत्त्यांचे प्रतिनिधित्व केले जाते. हे पारदर्शकता राखताना काही प्रमाणात गोपनीयता प्रदान करते.

९) कमी केलेले मध्यस्थ :

ब्लॉकचेन वित्तीय व्यवहार, पुरवठा साखळी व्यवस्थापन आणि कायदेशीर करार यासारख्या विविध प्रक्रियांमध्ये अनेक मध्यस्थांची गरज काढून टाकते. मध्यस्थांच्या या कपातीमुळे खर्चात बचत, जलद प्रक्रिया आणि त्रुटी किंवा फसवणुकीच्या कमी संधी असतात.

१०) टोकनीकरणाची संभाव्यता :

ब्लॉकचेन डिजिटल टोकन तयार करण्याची सुविधा देते जे क्रिप्टोकरन्सी, रिअल इस्टेट, कला यासारख्या मालमत्तांच्या विस्तृत श्रेणीचे प्रतिनिधित्व करतात. या टोकन्सचे सहज व्यवहार, विभागणी आणि हस्तांतरण करता येते, त्यामुळे मालमत्तेची तरलता आणि सुलभता वाढते.

ड) ब्लॉकचेनची आव्हाने आणि मर्यादा :

ब्लॉकचेनची आव्हाने आणि मर्यादा पुढीलप्रमाणे आहेत :

१) मापनीयता :

ब्लॉकचेन नेटवर्क, विशेषत: Bitcoin आणि Ethereum सारख्या प्रूफ ऑफ वर्क (PoW) एकमत यंत्रणा वापरणारे, अनेकदा मापनीयतेशी संघर्ष करतात. प्रति सेकंद (TPS) प्रक्रिया केल्या जाऊ शकणाऱ्या व्यवहारांची मर्यादित संख्या आणि व्यवहारांची पुष्टी करण्यासाठी लागणारा वेळ, व्यापक अवलंबनासाठी आवश्यक असलेला आवाज आणि गती हाताळण्याच्या त्यांच्या क्षमतेस अडथळा आणतो. जसजसे अधिक वापरकर्ते आणि अनुप्रयोग नेटवर्कमध्ये सामील होतात, मापनीयतेची समस्या अधिक स्पष्ट होते.

२) ऊर्जेचा वापर :

उद्योगात प्रचलित असणारे PoW ब्लॉकचेन्स मोठ्या प्रमाणात ऊर्जा वापरतात. खाणकाम ब्लॉकचेनमध्ये व्यवहार सत्यापित आणि जोडण्याच्या प्रक्रियेसाठी व्यापक संगणकीय शक्ती आवश्यक आहे. या उच्च ऊर्जेच्या वापरामुळे पर्यावरण संरक्षणविषयक चिंता वाढली आहे, विशेषत: कार्बन उत्सर्जन आणि टिकाव यासंबंधी हे जाणवते.

३) नियामक अनिश्चितता :

ब्लॉकचेन तंत्रज्ञान कायदेशीर आणि नियामक परिप्रेक्षामध्ये कार्य करते जे एका अधिकार क्षेत्रापासून दुसऱ्या अधिकार क्षेत्रात मोठ्या प्रमाणात बदलते. सातत्यपूर्ण, स्पष्ट आणि जागतिक स्तरावर मान्यताप्राप्त नियमांचा अभाव व्यवसाय आणि वापरकर्त्यांसाठी अनिश्चितता निर्माण करतो. कर आकारणी, माहितीचे संरक्षण आणि प्रतिभूती नियमन यासारख्या समस्या समायोजित करणे आव्हानात्मक आहेत.

४) आंतर–कार्यक्षमता :

ब्लॉकचेनची परिसंस्था खंडित आहे, अनेक ब्लॉकचेन आणि प्रोटोकॉल अस्तित्वात आहेत, प्रत्येकाचे स्वतःचे नियम आणि मानके आहेत. या विविध नेटवर्क्समध्ये आंतर–कार्यक्षमता प्राप्त करणे आव्हानात्मक आहे. ब्लॉकचेन तंत्रज्ञानाची क्षमता पूर्ण करण्यासाठी विविध ब्लॉकचेन दरम्यान अखंड माहिती आणि मालमत्ता हस्तांतरण सुलभ करणे महत्वाचे आहे.

५) गोपनीयतेची समस्या :

ब्लॉकचेन व्यवहार पारदर्शक असतात आणि खातेवहीवर कायमचे नोंद केले जातात. आरोग्यसेवा आणि संवेदनशील आर्थिक व्यवहार यासारख्या गोपनीयता आवश्यक असलेल्या अनुप्रयोगांसाठी ही पारदर्शकता एक आव्हान असू शकते. पारदर्शकता आणि गोपनीयता संतुलित करणे ही एक जटिल समस्या आहे.

६) वापरकर्ता–मित्रत्व :

अनेक ब्लॉकचेन आणि क्रिप्टोकरन्सी इंटरफेस जटिल आणि गैर–तांत्रिक वापरकर्त्यांसाठी समायोजित करणे कठीण आहे. ही जटिलता मोठ्या प्रमाणात उपयोजनात अडथळा आणते. वॉलेट्स, मुख्य व्यवस्थापन आणि एकूण वापरकर्ता अनुभवाच्या बाबतीत वापरकर्ता–मित्रत्व सुधारण्यासाठी प्रयत्नांची आवश्यकता असते.

७) कायदेशीर आव्हाने :

स्मार्ट करार हे ब्लॉकचेनवरील करार स्वयंचलित आणि अंमलात आणतात ते कायदेशीर आव्हाने वाढवतात. पारंपारिक कायदेशीर प्रणालींमध्ये स्मार्ट करारांची अंमलबजावणी, विवादांचे निराकरण आणि ब्लॉकचेन-आधारित मालमत्तेची कायदेशीर स्थिती हे चिंतेचे क्षेत्र आहे.

८) सुरक्षा भेद्यता :

ब्लॉकचेन त्याच्या सुरक्षिततेसाठी प्रसिद्ध असले तरी, ते असुरक्षिततेपासून मुक्त नाही. स्मार्ट कॉन्ट्रॅक्ट बग, ५१% हल्ले आणि वॉलेट सॉफ्टवेअरमधील भेद्यता यामुळे भूतकाळात लक्षणीय नुकसान झाले आहे. सुरक्षा वाढविण्यासाठी आणि वापरकर्त्यांचे संरक्षण करण्यासाठी सतत प्रयत्न करणे आवश्यक आहे.

९) अवलंबनातील अडथळे :

ब्लॉकचेन तंत्रज्ञानाच्या व्यापक अवलंबनास परंपरागत प्रक्रियांमध्ये गुंतवलेल्या परंपरा, स्थापित संस्था आणि व्यवसाय यांच्याकडून प्रतिकाराचा सामना करावा लागतो. ब्लॉकचेनमध्ये संक्रमण करण्यासाठी पायाभूत सुविधा, प्रशिक्षण आणि सांस्कृतिक बदलांमध्ये महत्त्वपूर्ण बदल आणि गुंतवणूक आवश्यक आहे.

१०) आकलनाचा अभाव :

सामान्य लोकसंख्या आणि निर्णय घेणाऱ्यांमध्ये ब्लॉकचेन तंत्रज्ञानाबद्दल समज आणि ज्ञानाचा अभाव हे एक महत्त्वपूर्ण आव्हान आहे. गैरसमज, प्रचार आणि तंत्रज्ञानाची जटिलता माहितीपूर्ण निर्णय आणि गुंतवणुकीत अडथळा आणते.

२.५.२ कृत्रिम बुद्धिमत्ता (AI) रोबोट्स :

वास्तविक जगाशी संवाद साधण्यासाठी आणि समायोजन करण्यासाठी भौतिक शरीरासारखे अत्याधुनिक अल्गोरिदम आणि मशीन लर्निंग क्षमता एकत्र करून कृत्रिम बुद्धिमत्ता असलेले रोबोट्स तांत्रिक नवकल्पनांच्या शिखराचे प्रतिनिधित्व करतात. या रोबोट्समध्ये सेन्सर्सद्वारे सभोवतालचे वातावरण जाणण्याची, बुद्धिमान निर्णय घेण्यासाठी मोठ्या प्रमाणात डेटावर प्रक्रिया करण्याची आणि स्वायत्तपणे कार्ये पार पाडण्याची क्षमता आहे. हेल्थकेअर आणि ग्राहक सेवेत सहाय्य करणाऱ्या ह्युमनॉइड रोबोट्सपासून ते स्वायत्त वाहनांपर्यंत वाहतुकीत क्रांती घडवून आणणारे एआय रोबोट्स उद्योग आणि दैनंदिन जीवनात बदल घडवून आणण्यात आघाडीवर आहेत. ते कार्यक्षमतेची, अचूकता आणि नवीन शक्यता निर्माण करण्यात आघाडीवर आहेत आणि त्याचबरोबर या युगातील नैतिक व सामाजिक परिणामांबद्दल चर्चाही सुरू करतात.

अ) अर्थ :

कृत्रिम बुद्धिमत्ता रोबोट्स, ज्यांना अनेकदा एआय रोबोट्स म्हणून संबोधले जाते, ते एआय तंत्रज्ञानाने सुसज्ज असलेले प्रगत मशीन्स आहेत जे त्यांना सभोवतालचे वातावरण जाणून घेण्यास, बुद्धिमान निर्णय घेण्यास आणि स्वायत्ततेच्या विविध अंशांद्वारे कार्ये पूर्ण करण्यास सक्षम करतात. हे रोबोट्स मानवी संज्ञानात्मक कार्यांची नक्कल करण्यासाठी तयार केलेले आहेत; जसे की शिकणे, समस्या सोडवणे आणि निर्णय घेणे. उत्पादन आणि आरोग्यसेवेपासून ते स्वायत्त वाहने आणि ग्राहक सेवेपर्यंत विस्तृत अनुप्रयोगांमध्ये नियुक्त केले जाऊ शकते. ते रोबोटिक्स आणि एआयच्या अभिसरणाचे प्रतिनिधित्व करतात, उद्योगांमध्ये कार्यक्षमता, उत्पादकता आणि नवकल्पना वाढवण्याचे आश्वासन देतात तसेच रोजगार, गोपनीयता आणि मानवी-मशीन परस्परसंवादावर त्यांच्या प्रभावाविषयी महत्त्वपूर्ण नैतिक आणि सामाजिक प्रश्न उपस्थित करतात.

ब) व्याख्या :

एआय रोबोट्सच्या व्याख्या खालीलप्रमाणे आहेत :

१) रॉडनी ब्रुक्स :

''एआय रोबोट्स ही यंत्रे आहेत जी सभोवतालचे वातावरण जाणू शकतात, त्याबद्दल तर्क करू शकतात आणि विशिष्ट उद्दिष्टे साध्य करण्यासाठी कृती करू शकतात.''

२) एलोन मस्क :

''एआय रोबोट्स हे संगणक आहेत जे सर्वात जास्त आर्थिकदृष्ट्या मौल्यवान कामात मानवाला मागे टाकू शकतात.''

३) अँड्रयू एनजी :

''एआय रोबोट्स हे अशी मशीन आहेत जे डेटामधून शिकण्यास आणि त्या शिक्षणावर आधारित निर्णय घेण्यास किंवा कृती करण्यास सक्षम आहेत.''

क) कृत्रिम बुद्धिमत्ता रोबोट्सची वैशिष्ट्ये :

कृत्रिम बुद्धिमत्ता रोबोट्सची वैशिष्ट्ये खालीलप्रमाणे आहेत :

१) संवेदना आणि आकलन :

एआय रोबोट्स कॅमेरे, मायक्रोफोन, लिडर, रडार आणि टच सेन्सर्ससारख्या विस्तृत सेन्सर्सद्वारे सुसज्ज आहेत, ज्यामुळे त्यांना त्यांच्या सभोवतालचे वातावरण समजू शकते आणि त्याचा अर्थ लावता येतो. हे सेन्सर रोबोटला त्यांच्या वातावरणाविषयी माहिती गोळा करण्यास, वस्तू शोधण्यास आणि त्यांच्या सभोवतालच्या वातावरणातील बदल जाणून घेण्यास सक्षम करतात.

२) मशीन लर्निंग आणि अनुकूलता :

एआय रोबोट ज्ञान प्राप्त करण्यासाठी आणि बदलत्या परिस्थितीशी जुळवून घेण्यासाठी मशीन लर्निंग अल्गोरिदमचा फायदा घेतात. ते डेटा आणि अनुभवांमधून शिकू शकतात, कालांतराने त्यांची कार्यक्षमता सुधारू शकतात. ही अनुकूलता त्यांना नवीन कार्ये आणि वातावरण प्रभावीपणे हाताळू देते.

३) स्वायत्तता आणि निर्णय घेणे :

एआय रोबोट्समध्ये विविध स्तरांची स्वायत्तता असते, अर्ध-स्वायत्त ते पूर्णपणे स्वायत्त. ते त्यांच्या सेन्सर डेटा आणि शिकलेल्या मॉडेलच्या आधारे निर्णय घेऊ शकतात, त्यांना जटिल वातावरणात नेव्हिगेट करण्यास, अडथळे टाळण्यास आणि सतत मानवी हस्तक्षेपाशिवाय कार्ये करण्यास सक्षम करतात.

४) नैसर्गिक भाषा प्रक्रिया (NLP) :

अनेक एआय रोबोट्स नैसर्गिक भाषा प्रक्रिया क्षमतांनी सुसज्ज आहेत, ज्यामुळे ते मानवी भाषा समजण्यास आणि प्रतिसाद देण्यास सक्षम आहेत. हे वैशिष्ट्य वापरकर्त्यांशी नैसर्गिक आणि अंतर्ज्ञानी परस्परसंवाद सक्षम करते तसेच त्यांना ग्राहक सेवा, सहवास आणि माहिती पुनर्प्राप्तीसाठी योग्य बनवते.

५) संगणक दृष्टी :

संगणक दृष्टी हे एआय रोबोट्सचे मूलभूत वैशिष्ट्य आहे, जे त्यांना कॅमेरे आणि इतर सेन्सरमधून दृश्य माहितीचा अर्थ लावू देते. ही क्षमता रोबोट्सला वस्तू, लोक, हावभाव आणि चेहऱ्यावरील हावभाव ओळखण्यास सक्षम करते, चेहऱ्यावरील ओळख, ऑब्जेक्ट मॅनिपुलेशन आणि नेव्हिगेशन सारखी कार्ये सुलभ करते.

६) ऑब्जेक्ट मॅनिपुलेशन आणि कौशल्य :

प्रगत एआय रोबोट्समध्ये निपुण मॅनिप्युलेटर असतात, जसे की रोबोटिक आर्म्समध्ये अनेक अंश स्वतंत्र्य आणि अचूक पकडणारे. हे रोबोट अचूकतेने वस्तू हाताळू शकतात, असेंबली करणे, उचलणे आणि ठेवणे यासारखी कार्ये करतात तसेच अगदी नाजूक शस्त्रक्रिया प्रक्रिया देखील करू शकतात.

७) प्रात्यक्षिकांमधून शिकणे (LfD) :

प्रात्यक्षिकांमधून शिकणे हे एक वैशिष्ट्य आहे जे एआय रोबोट्सला मानवी प्रात्यक्षिकांचे निरीक्षण करून आणि अनुकरण करून कार्ये शिकण्यास सक्षम करते. ही क्षमता प्रशिक्षण प्रक्रिया सुव्यवस्थित करते आणि विशेष प्रोग्रामिंग कौशल्याशिवाय वापरकर्त्यांसाठी रोबोट अधिक प्रवेशयोग्य बनवते.

८) बहु–प्रारूप धारणा :

एआय रोबोट्स त्यांच्या पर्यावरणाची समग्र समज तयार करण्यासाठी दृष्टी, आवाज आणि स्पर्श यासारख्या अनेक संवेदी पद्धतींमधून माहिती एकत्रित करतात. ही बहु–प्रारूप धारणा जगाशी संवाद साधण्याची आणि जटिल परिस्थितींशी जुळवून घेण्याची त्यांची क्षमता वाढवते.

९) मानव–रोबो सहयोग :

एआय रोबोट्सची निर्मिती ही आरोग्यसेवा आणि संशोधन यासारख्या विविध संदर्भांमध्ये मानवांच्या सहकार्यासाठी केली आहे. ते मानवांसोबत काम करू शकतात, कार्यांमध्ये मदत करू शकतात, उत्पादकता वाढवू शकतात आणि सेन्सर्स व निर्णय क्षमता यांच्याद्वारे सुरक्षितता सुनिश्चित करू शकतात.

१०) नैतिक विचार आणि सुरक्षितता :

एआय रोबोट्स नैतिक मार्गदर्शक तत्त्वे आणि सुरक्षा प्रोटोकॉलचे पालन करण्यासाठी प्रोग्राम केलेले आहेत. यामध्ये मानवांचे नुकसान टाळणे, गोपनीयतेचा आदर करणे आणि कायदेशीर व नैतिक तत्त्वांचे पालन करणे समाविष्ट आहे. एआय रोबोट्सचा नैतिक आणि जबाबदार वापर सुनिश्चित करणे हे त्यांच्या विकास आणि तैनातीमधील एक महत्त्वपूर्ण वैशिष्ट्य आहे.

ड) कृत्रिम बुद्धिमत्ता रोबोट्सची आव्हाने :

कृत्रिम बुद्धिमत्ता रोबोट्सची आव्हाने खालीलप्रमाणे आहेत :

१) नैतिक दुविधा :

एआय रोबोट्स अधिक स्वायत्त आणि निर्णय घेण्यास सक्षम झाल्यामुळे नैतिक दुविधा निर्माण होतात. रोबोट्सचे अधिकार, रोबोट्सच्या क्रियांची जबाबदारी आणि नैतिकदृष्ट्या अस्पष्ट निर्णय घेण्याची रोबोटची क्षमता याविषयीचे प्रश्न जटिल आहेत आणि त्यावर काळजीपूर्वक विचार करणे आवश्यक आहे.

२) नोकरी विस्थापन आणि रोजगार :

एआय रोबोट्सद्वारे कार्यांच्या स्वयंचलनामध्ये श्रमिक बाजारपेठांमध्ये व्यत्यय आणण्याची आणि विशिष्ट उद्योगांमध्ये नोकरी विस्थापन होण्याची क्षमता आहे. या बदलांसाठी कर्मचाऱ्यांना तयार करणे आणि आर्थिक परिणामांना सामोरे जाणे ही महत्त्वाची आव्हाने आहेत.

३) सुरक्षा आणि सुरक्षितता :

एआय रोबोट्सची सुरक्षितता सुनिश्चित करणे आणि रोबोट्सचा दुर्भावनापूर्ण वापर किंवा हॅकिंग रोखणे या प्रमुख समस्या आहेत. रोबोट्सवरील मालवेअर किंवा सायबर हल्ल्यांमुळे शारीरिक हानी होऊ शकते, माहितीचे उल्लंघन होऊ शकते किंवा संवेदनशील माहितीवर अनधिकृत प्रवेश प्राप्त होऊ शकतो.

४) गोपनीयता :

कॅमेरे आणि सेन्सरने सुसज्ज एआय रोबोट्स सार्वजनिक किंवा खाजगी जागेत वापरल्यास गोपनीयतेच्या समस्या वाढवू शकतात. रोबोटसाठी माहिती संकलनाचे फायदे संतुलित करणे वैयक्तिक गोपनीयतेच्या अधिकारांची कार्यक्षमता हे सतत आव्हान आहे.

५) पक्षपात आणि निष्पक्षता :

एआय रोबोट्स त्यांना प्रशिक्षित प्राप्त केलेल्या माहितीमधून पूर्वाग्रह प्राप्त करू शकतात, ज्यामुळे पक्षपाती निर्णय घेणे किंवा भेदभावपूर्ण परिणाम निर्माण होतात. अनुचित वागणूक टाळण्यासाठी आणि सामाजिक पूर्वाग्रहांना बळकटी देण्यासाठी पक्षपातीपणा दूर करणे आणि एआय अल्गोरिदममध्ये निष्पक्षता सुनिश्चित करणे महत्त्वपूर्ण आहे.

६) एआय निर्णय-प्रक्रियेची मर्यादित समज :

सखोल शिक्षण प्रारूपामध्ये एआय अल्गोरिदमच्या जटिलतेमुळे रोबोट विशिष्ट निर्णय किंवा कृतींवर कसे पोहोचतात हे समजणे कठीण होऊ शकते. एआय निर्णय प्रक्रियेतील स्पष्टीकरण आणि पारदर्शकता ही अशी क्षेत्रे आहेत ज्यांना पुढील विकासाची आवश्यकता असते.

७) नियमन आणि मानकीकरण :

एआय रोबोट्ससाठी सातत्यपूर्ण नियम आणि मानकांचा अभाव सुरक्षा, दायित्व आणि आंतर-कार्यक्षमता यासारख्या क्षेत्रांमध्ये अनिश्चितता आणि आव्हाने निर्माण करतो. नावीन्य आणि सुरक्षितता संतुलित करणारी नियामक चौकट विकसित करणे आवश्यक आहे.

८) मानव-रोबोट संवाद :

अंतर्ज्ञानी आणि प्रभावी मानवी-रोबोट इंटरफेस तयार करणे आणि गुळगुळीत मानव-रोबो सहयोग सुनिश्चित करणे ही सततची आव्हाने आहेत. रोबोटला मानवी संकेत आणि सूचनांना प्रभावीपणे समजून घेण्यास आणि प्रतिसाद देण्यास सक्षम असणे आवश्यक आहे.

९) किंमत आणि प्रवेशयोग्यता :

एआय रोबोट विकसित करणे आणि तैनात करणे महागडे असते, ही खर्चीकता विशिष्ट व्यक्ती किंवा संस्थांसाठी या तंत्रज्ञानाचा प्रवेश मर्यादित करते. खर्च कमी करणे आणि प्रवेशयोग्यता वाढवणे ही व्यापक अवलंबनासाठीची महत्त्वाची उद्दिष्टे आहेत.

१०) दीर्घकालीन स्वायत्तता :

एआय रोबोट्समध्ये मानवी हस्तक्षेपाशिवाय विस्तारित कालावधीसाठी विश्वसनीयपणे ते कार्य करू शकतील शी दीर्घकालीन स्वायत्तता प्राप्त करणे हे एक आव्हान आहे. देखभाल, उर्जा स्त्रोत आणि जटिल वातावरणातील मजबूती हे यासाठीचे महत्त्वाचे घटक आहेत.

२.५.३ डिजिटल रुपया :

डिजिटल रुपया म्हणजे भारतीय राष्ट्रीय चलनाचे डिजिटल प्रतिनिधित्व होय, जे पूर्णपणे डिजिटल स्वरूपात अस्तित्वात आहे आणि भारतीय रिझर्व्ह बँकेद्वारे (RBI) जारी आणि नियंत्रित केले जाते. हे डिजिटल चलन, ज्याला सहसा मध्यवर्ती बँक डिजिटल चलन (CBDC) असे संबोधले जाते, ते सुरक्षित आणि कार्यक्षम इलेक्ट्रॉनिक व्यवहार सक्षम करण्यासाठी तयार केलेले आहे, जे भौतिक चलनास कॅशलेस पर्याय प्रदान करते. डिजिटल अर्थव्यवस्थेतील गोपनीयता, सायबर सुरक्षा आणि नियामक परिणामांबद्दल प्रश्न उपस्थित करताना आर्थिक समावेशन वाढवून, रोख व्यवस्थापनाची किंमत कमी करून आणि नवीन वित्तीय सेवा व नवकल्पना सक्षम करून भारतीय आर्थिक परिदृश्यात क्रांती घडवून आणण्यासाठी ते तयार आहे.

अ) अर्थ :

डिजिटल रुपया हा शब्द भारतीय रुपयाचे (INR) डिजिटल प्रतिनिधित्व आणि भारताचे अधिकृत चलन आहे, जे भारतीय रिझर्व्ह बँकेद्वारे (RBI) जारी आणि नियंत्रित केले जाते. चलनाचे हे डिजिटल स्वरूप केवळ इलेक्ट्रॉनिक

किंवा डिजिटल स्वरूपात अस्तित्वात आहे; जे डिजिटल क्षेत्रात सुरक्षित, झटपट आणि ट्रॅक करण्यायोग्य व्यवहारांना चालना देते. हे मध्यवर्ती बँक डिजिटल चलनाचे (CBDC) एक रूप आहे जे डिजिटल पेमेंट आणि आर्थिक व्यवहार सुलभ करण्यासाठी तयार केलेले आहे. जे संभाव्यतः भौतिक रोखावरील अवलंबित्व कमी करते आणि देशामध्ये इलेक्ट्रॉनिक कॉमर्स आयोजित करण्याचे अधिक कार्यक्षम साधन प्रदान करते.

ब) डिजिटल रुपयाची वैशिष्ट्ये :

डिजिटल रुपया ही डिजिटल वित्तपुरवठा आणि मध्यवर्ती बँक व्यवसाय क्षेत्रातील एक परिवर्तनकारी संकल्पना आहे. डिजिटल रुपयाची वैशिष्ट्ये खालीलप्रमाणे आहेत :

१) सेंट्रल बँक बॅंकिंग :

भारतीय रिझर्व्ह बँकेद्वारे डिजिटल रुपया जारी केला जाईल आणि त्याचे नियमन केले जाईल, ज्यामुळे त्याला भौतिक रुपयांप्रमाणेच विश्वास आणि स्थिरता मिळेल. हे मध्यवर्ती बँकेचे समर्थन हे सुनिश्चित करते की ते डिजिटल क्षेत्रात त्याचे मूल्य आणि विश्वासार्हता टिकवून ठेवते.

२) डिजिटल पायाभूत सुविधा :

डिजिटल रुपयाचा वापर सुलभ करण्यासाठी, एक मजबूत डिजिटल पायाभूत सुविधा आवश्यक आहे. यामध्ये डिजिटल व्यवहारांची सुरक्षा आणि अखंडता सुनिश्चित करण्यासाठी सुरक्षित सर्व्हर, एन्क्रिप्शन प्रोटोकॉल आणि प्रमाणीकरण यंत्रणा यांचा समावेश असेल.

३) ब्लॉकचेन किंवा डिस्ट्रिब्युटेड लेजर तंत्रज्ञान :

डिजिटल चलनांबद्दल अनेक चर्चांमध्ये अंतर्निहित पायाभूत सुविधा म्हणून ब्लॉकचेन किंवा डिस्ट्रिब्युटेड लेजर तंत्रज्ञान (DLT) यांचा समावेश होतो. हे तंत्रज्ञान व्यवहारांना पारदर्शकता, अपरिवर्तनीयता आणि सुरक्षितता प्रदान करू शकते, ज्यामुळे ते डिजिटल रुपयासाठी योग्य बनते. तथापि, इतर तंत्रज्ञानाचा देखील विचार केला जातो.

४) प्रवेशयोग्यता आणि सर्वसमावेशकता :

डिजिटल रुपयाची ओळख करून देण्याच्या प्राथमिक उद्दिष्टांपैकी एक म्हणजे आर्थिक समावेश वाढवणे. दुर्गम भागातील किंवा पारंपारिक बँकिंग सेवांपर्यंत मर्यादित प्रवेश असलेल्या सर्व नागरिकांसाठी ते सहज उपलब्ध असावे. हे उद्दिष्ट साध्य करण्यात मोबाईल ॲप्स, इंटरनेट ॲक्सेस आणि वापरकर्ता–अनुकूल इंटरफेस महत्त्वपूर्ण भूमिका बजावतील.

५) गोपनीयता आणि सुरक्षितता :

डिजिटल रुपया प्रणालीने वापरकर्त्याची गोपनीयता आणि सुरक्षितता याला प्राधान्य दिले पाहिजे. व्यवहार माहिती ही अनधिकृत प्रवेशापासून संरक्षित केली पाहिजे आणि वापरकर्त्यांचे त्यांच्या वैयक्तिक माहितीवर नियंत्रण असले पाहिजे. त्याच वेळी यात फसवणूक आणि सायबर हल्ल्यांना प्रतिबंध करण्यासाठी सुरक्षा उपायांचा समावेश केला पाहिजे.

६) आंतर–कार्यक्षमता :

डिजिटल रुपया प्रणाली विद्यमान पेमेंट सिस्टीम आणि वित्तीय संस्थांशी परस्पर व्यवहार करण्यायोग्य असावी. हे इतर डिजिटल पेमेंट प्लॅटफॉर्मसोबत अखंडपणे एकत्रित केले पाहिजे, ज्यामुळे वापरकर्त्यांना पारंपारिक बँक खाती आणि डिजिटल वॉलेटमध्ये निधी हस्तांतरित करता येईल.

७) सीमापार व्यवहार :

सीमापार व्यवहार सुलभ करणे हा डिजिटल चलनांचा महत्त्वपूर्ण फायदा आहे. पारंपारिक पैसे हस्तांतरणाच्या सेवा आणि परकीय चलन मध्यस्थांवर अवलंबून राहून आंतरराष्ट्रीय व्यवहार आणि व्यापार सक्षम करण्यासाठी डिजिटल रुपयामध्ये यंत्रणा असायला हवी.

८) स्मार्ट करार आणि प्रोग्रामेबिलिटी :

डिजिटल रुपया प्रणाली जर ब्लॉकचेन किंवा तत्सम तंत्रज्ञानावर आधारित असेल तर, डिजिटल रुपया स्मार्ट करारास समर्थन देऊ शकेल. हे स्व-अंमलबजावणी करणारे करार विविध वित्तीय प्रक्रिया स्वयंचलित करू शकतात. पेमेंटपासून करारापर्यंत कार्यक्षमता निर्माण करणे आणि मध्यस्थांची गरज कमी करणे यादृष्टीने ते महत्वपूर्ण आहे.

९) चलनविषयक धोरणाची अंमलबजावणी :

डिजीटल रुपयाच्या परिचयासाठी आर्थिक धोरणावर होणाऱ्या प्रभावाचा काळजीपूर्वक विचार करावा लागेल. भारतीय रिझर्व्ह बँकेला किंमत स्थिरता राखण्यासाठी आणि महागाई नियंत्रित ठेवण्यासाठी डिजिटल रुपयाचा पुरवठा आणि परिसंचरण नियंत्रित करण्यासाठी यंत्रणा आवश्यक असेल.

१०) वित्तीय नावीन्य आणि वित्तीय प्रभाव :

डिजिटल रुपयामध्ये वित्तीय नावीन्य आणण्याची आणि भारतीय अर्थव्यवस्थेत परिवर्तन करण्याची क्षमता आहे. हे नवीन फिनटेक सेवा आणि पेमेंट उपयांच्या विकासास प्रोत्साहन देऊ शकते, ज्यामुळे अधिक वित्तीय कार्यक्षमता आणि वृद्धी होते.

क) डिजिटल रुपयाची आव्हाने :

डिजिटल रुपयाची आव्हाने पुढीलप्रमाणे आहेत :

१) सुरक्षा आणि सायबरसुरक्षा जोखीम :

डिजिटल रुपया लागू केल्याने वित्तीय व्यवस्थेला नवीन सायबर सुरक्षा धोक्यांचा सामना करावा लागेल. हॅकर्स आणि सायबर गुन्हेगार डिजिटल पायाभूत सुविधांचा भंग करण्याचा, वापरकर्त्यांची माहिती चोरण्याचा किंवा व्यवहारांमध्ये फेरफार करण्याचा प्रयत्न करू शकतात. डिजिटल चलन आणि त्याच्या वापरकर्त्यांचे संरक्षण करण्यासाठी सर्वोच्च पातळीची सुरक्षा सुनिश्चित करणे अत्यावश्यक आहे.

२) वापरकर्त्याच्या गोपनीयतेची समस्या :

नियामक आवश्यकतांद्वारे वापरकर्त्याच्या गोपनीयतेचा समतोल राखणे हे एक आव्हान आहे. अँटी-मनी लाँडरिंग (AML) आणि नो-युअर-कस्टमर (KYC) नियमांची पारदर्शकता आणि अनुपालन सुनिश्चित करणे आवश्यक असताना, वापरकर्त्यांच्या गोपनीयतेच्या अधिकारांचा आदर करणे आवश्यक आहे. हा समतोल साधणे हे एक जटिल काम आहे.

३) वित्तीय समावेशन आणि सुलभता :

डिजिटल रुपयाचे उद्दिष्ट वित्तीय समावेशनाला चालना देण्याचे असले तरी समाजातील सर्व घटकांना ते सुलभतेने उपलब्ध करून देणे हे आव्हानात्मक असू शकते. भारताच्या अनेक भागांमध्ये अजूनही विश्वसनीय इंटरनेट प्रवेश आणि डिजिटल साक्षरतेचा अभाव आहे, ज्यामुळे काही लोकसंख्येला डिजिटल चलन वापरण्यापासून वगळले जाऊ शकते.

४) विद्यमान प्रणालीद्वारे आंतर–कार्यक्षमता :

सध्याच्या पेमेंट सिस्टम आणि वित्तीय संस्थांसोबत डिजिटल रुपयाचे एकत्रीकरण अवघड असू शकते. डिजिटल वॉलेट्स, पारंपारिक बँक खाती आणि इतर पेमेंट प्लॅटफॉर्ममधील अखंड व्यवहार सुलभ करण्यासाठी, आंतर–कार्यक्षमता सुनिश्चित करण्यासाठी काळजीपूर्वक नियोजन आणि समन्वय आवश्यक आहे.

५) फसवणूक प्रतिबंध आणि ग्राहक संरक्षण :

डिजीटल पेमेंटमध्ये बदल झाल्यामुळे फसवणूक आणि घोटाळे वाढण्याचा धोका आहे. वापरकर्त्यांना सुरक्षित पद्धतींबद्दल शिक्षित करणे आणि फसवणूक प्रतिबंधक उपायांची अंमलबजावणी करणे हे ग्राहकांचे संरक्षण करण्यासाठी महत्त्वपूर्ण ठरेल.

६) चलनविषयक धोरण आणि महागाई नियंत्रण :

डिजिटल रुपयाचा पुरवठा आणि परिसंचरण प्रभावीपणे व्यवस्थापित करण्यासाठी आरबीआयने आपल्या चलनविषयक धोरणाच्या साधनांचा अवलंब करणे आवश्यक आहे. असे करण्यात अयशस्वी झाल्यास महागाई नियंत्रण आणि वित्तीय स्थिरतेवर परिणाम होऊ शकतो.

७) डिजिटल पायाभूत सुविधा आणि कनेक्टिव्हिटी :

भारतातील अनेक भागात अजूनही विश्वसनीय इंटरनेट कनेक्टिव्हिटी आणि डिजिटल पायाभूत सुविधांचा अभाव आहे. वित्तीय समावेशनासाठी अगदी दुर्गम प्रदेशांनाही डिजिटल रुपयाचा वापर करता येईल याची खात्री करणे आवश्यक आहे. पायाभूत सुविधांमध्ये गुंतवणूक आणि विस्ताराचे प्रयत्न आवश्यक आहेत.

८) सीमापार व्यवहार आणि नियामक समन्वय :

विविध आंतरराष्ट्रीय नियमांमुळे डिजिटल रुपयाद्वारे सीमापार व्यवहार सुलभ करणे गुंतागुंतीचे होऊ शकते. ते जागतिक मानकांचे पालन करते याची खात्री करणे आणि अखंड सीमापार व्यवहारांसाठी आंतरराष्ट्रीय नियामक समन्वय स्थापित करणे आवश्यक आहे.

९) शिक्षण आणि जागरूकता :

डिजिटल रुपयाचा अवलंब करण्यास प्रोत्साहित करण्यासाठी त्याचे फायदे, वापर आणि सुरक्षा पद्धतींबद्दल लोकांना शिक्षित करण्यासाठी महत्त्वपूर्ण प्रयत्न करणे आवश्यक आहे. डिजिटल चलन सुरक्षितपणे आणि प्रभावीपणे कसे वापरायचे याची वापरकर्त्यांना स्पष्ट माहिती असणे आवश्यक आहे.

१०) बदलास प्रतिकार :

डिजीटल रुपयामध्ये बदल केल्याने पारंपारिक वित्तीय संस्था आणि भौतिक रोख वापरण्याची सवय असलेल्या व्यक्तींसारख्या विविध भागधारकांच्या विरोधाचा सामना करावा लागू शकतो. या समस्येचे निराकरण करणे आणि डिजिटल चलनावर विश्वास वाढवणे त्याच्या यशासाठी महत्त्वपूर्ण असेल.

२.५.४ फिनटेक बँकिंग :

फिनटेक बँकिंग हे वित्तीय तंत्रज्ञान बँकिंगसाठी संक्षिप्त रूप असून वित्तीय सेवांमध्ये तंत्रज्ञानाचा नाविन्यपूर्ण वापर दर्शविते. यामध्ये ऑनलाइन बँकिंग, डिजिटल पेमेंट, पीअर–टू–पीअर लेंडिंग आणि रोबो–सल्लागार यासारख्या सेवांचा समावेश आहे. फिनटेक बँका अनेकदा प्रत्यक्ष शाखांशिवाय कार्यरत असतात, ग्राहकांना त्यांचे वित्त व्यवस्थापित करण्यासाठी सोयीस्कर, तंत्रज्ञानावर आधारित उपाय देतात. या क्षेत्राने पारंपारिक बँकिंग विस्कळीत केली आहे तसेच वित्तीय व्यवहार आणि सेवांमध्ये सुलभता, गती आणि कार्यक्षमता वाढवली आहे.

अ) अर्थ :

फिनटेक बँकिंग किंवा वित्तीय तंत्रज्ञान बँकिंग हा वित्तीय सेवा प्रदान करण्याचा एक आधुनिक दृष्टीकोन आहे जो कार्यक्षम, प्रवेशयोग्य आणि ग्राहक-केंद्रित उपाय प्रदान करण्यासाठी नाविन्यपूर्ण तंत्रज्ञानाचा लाभ घेतो. यामध्ये ऑनलाइन बँकिंग, मोबाइल पेमेंट्स, रोबो-सल्लागार, पीअर-टू-पीअर लेंडिंग आणि ब्लॉकचेन-आधारित उपयांसारख्या विविध डिजिटल वित्तीय सेवांच्या विस्तृत श्रेणीचा समावेश आहे. फिनटेक बँका बऱ्याचदा पारंपारिक भौतिक शाखांशिवाय कार्य करतात, प्रक्रिया सुलभ करण्यासाठी, खर्च कमी करण्यासाठी आणि एकूण वापरकर्ता अनुभव सुधारण्यासाठी डिजिटल प्लॅटफॉर्म आणि स्वयंचलनावर अवलंबून असतात. पारंपारिक बँकिंग प्रारूपाच्या उणिवांमुळे ग्राहकांसाठी अधिक आर्थिक समावेशन आणि सोयी तसेच वित्तीय उद्योगात स्पर्धा आणि नवीनता वाढली आहे.

ब) व्याख्या :

फिनटेक बँकिंगच्या व्याख्या खालीलप्रमाणे आहेत :

१) ख्रिस स्किनर :

''फिनटेक बँकिंग म्हणजे नाविन्यपूर्ण आणि विस्कळीत मार्गांनी वित्तीय सेवा देण्यासाठी तंत्रज्ञानाचा वापर होय. यामध्ये अधिक कार्यक्षम, ग्राहक-केंद्रित वित्तीय उपाय तयार करण्यासाठी डिजिटल तंत्रे, डेटा ॲनालिटिक्स आणि स्वयंचलनाच्या सामर्थ्याचा वापर करून पारंपारिक बँकिंग सेवांची पुनर्कल्पना आणि पुनर्रचना करणे समाविष्ट आहे.''

२) बेन रॉबिन्सन आणि ज्युलियन स्कॅन :

''फिनटेक बँकिंग हे डिजिटल तंत्रज्ञानाद्वारे वित्तीय सेवांचे संमिश्रण आहे, ज्याचे उद्दिष्ट ग्राहकांना सुधारित अनुभव, अधिक कार्यक्षमता आणि वर्धित वित्तीय समावेशन निर्माण करणे आहे. यामध्ये मोबाइल पेमेंट्स आणि पीअर-टू-पीअर कर्जापासून ते कृत्रिम बुद्धिमत्तेपर्यंत सेवांचा विस्तृत संच समाविष्ट आहे.''

३) ब्रेट किंग :

''फिनटेक बँकिंग हे तंत्रज्ञानाद्वारे वित्ताचे लोकशाहीकरण आहे, जिथे पारंपारिक वित्तीय संस्थांना नाविन्यपूर्ण स्टार्टअप्सकडून स्पर्धेला सामोरे जावे लागते जे ग्राहकांना जलद, स्वस्त आणि अधिक सुलभ अशा बँकिंग आणि वित्तीय सेवा प्रदान करण्यासाठी डेटा आणि डिजिटल प्लॅटफॉर्मचा लाभ घेतात.''

क) फिनटेक बँकिंगची वैशिष्ट्ये :

फिनटेक बँकिंगची वैशिष्ट्ये खालीलप्रमाणे आहेत :

१) डिजिटल-फर्स्ट दृष्टीकोन :

फिनटेक बँकिंग डिजिटल-फर्स्ट पध्दतीने वैशिष्ट्यीकृत आहे. हे वित्तीय व्यवहार सुलभ करण्यासाठी आणि बँकिंग सेवा वितरीत करण्यासाठी ऑनलाइन प्लॅटफॉर्म, मोबाइल ॲप्स आणि वेब-आधारित सेवांचा लाभ घेते. हा दृष्टिकोन भौतिक शाखांची गरज काढून टाकतो, वापरकर्त्यांना त्यांच्या उपकरणांच्या सोयीनुसार त्यांचे वित्त व्यवस्थापित करण्यास सक्षम करतो.

२) वापरकर्ता-केंद्रित रचना :

फिनटेक बँका वापरकर्ता अनुभव आणि रचनेस प्राधान्य देतात. ते अंतर्ज्ञानी इंटरफेस आणि वापरकर्ता-अनुकूल ॲप्स तयार करतात जे ग्राहकांना त्यांची वित्तीय खाती मायोजीत करणे, व्यवहार करणे आणि वित्तीय सेवांच्या श्रेणीमध्ये प्रवेश करणे सोपे करतात. एक अखंड आणि आनंददायक बँकिंग अनुभव प्रदान करण्यावर लक्ष केंद्रित करतात.

३) वित्तीय समावेशन :

फिनटेक बँकिंगचे उद्दिष्ट सेवा नसलेल्या लोकांपर्यंत पोहोचून वित्तीय समावेशन वाढवण्याचे आहे. पारंपारिक बँकिंग पायाभूत सुविधांमध्ये मर्यादित प्रवेश असणाऱ्या ग्रामीण भागातील किंवा पूर्वीचा बँकिंग इतिहास नसलेल्या व्यक्तींना ते डिजिटल माध्यमांद्वारे वित्तीय सेवा प्रदान करते.

४) विविध सेवा :

फिनटेक बँका पारंपारिक बँकिंगच्या पलीकडे सेवांची विस्तृत श्रेणी प्रदान करतात. यामध्ये ऑनलाइन खाते उघडणे, मोबाइल पेमेंट, पीअर-टू-पीअर कर्ज, गुंतवणूकीसाठी रोबो-सल्लागार, विमा तंत्रज्ञान (इन्सुरटेक) आणि क्रिप्टोकरन्सी सेवा यांचा समावेश आहे. सेवांची विविधता विविध वित्तीय गरजा पूर्ण करते.

५) वैयक्तिकरण आणि कृत्रिम बुद्धिमत्ता :

फिनटेक बँका सेवा वैयक्तिकृत करण्यासाठी कृत्रिम बुद्धिमत्ता (AI) आणि मशीन लर्निंगचा फायदा घेतात. अनुकूल वित्तीय शिफारसी, गुंतवणूक धोरणे आणि उत्पादन सूचना प्रदान करण्यासाठी ते ग्राहक माहितीचे विश्लेषण करतात. हे वैयक्तिकरण ग्राहकांच्या प्रतिबद्धता आणि समाधान वाढवते.

६) गती आणि कार्यक्षमता :

फिनटेक बँकिंगमध्ये गती आणि कार्यक्षमता केंद्रस्थानी आहेत. डिजिटल प्रक्रिया व्यवहार सुव्यवस्थित करतात, वित्तीय कार्ये पूर्ण करण्यासाठी लागणारा वेळ कमी करतात. ही चपळता वापरकर्त्यांना निधी आणि माहितीमध्ये द्रुत प्रवेश प्रदान करून फायदा देते.

७) सुरक्षा आणि माहितीचे संरक्षण :

फिनटेक बँका वापरकर्त्यांच्या माहितीचे आणि मालमत्तेचे संरक्षण करण्यासाठी सुरक्षा उपायांना प्राधान्य देतात. खात्यांमध्ये सुरक्षित प्रवेश सुनिश्चित करण्यासाठी ते एन्क्रिप्शन, मल्टी-फॅक्टर ऑथेंटिकेशन आणि बायोमेट्रिक ओळख वापरतात. माहितीच्या गोपनीयता नियमांचे पालन हे देखील मुख्य लक्ष आहे.

८) किफायतशीर उपाय :

फिनटेक बँकिंग अनेकदा पारंपारिक बँकिंगला किफायतशीर पर्याय प्रदान करते. भौतिक शाखांच्या अनुपस्थितीमुळे कमी ओव्हरहेड खर्चाद्वारे, फिनटेक बँका कर्ज आणि बचत खात्यांवर स्पर्धात्मक व्याजदर, कमी शुल्क आणि अधिक अनुकूल अटी देऊ शकतात.

९) जागतिक पोहच आणि सीमापार व्यवहार :

फिनटेक बँकिंग सीमापार व्यवहार आणि आंतरराष्ट्रीय वित्तीय सेवा सुलभ करते. वापरकर्ते परदेशात पैसे पाठवू शकतात, परकीय चलन विनिमय करू शकतात आणि जागतिक गुंतवणुकीच्या संधी सहजतेने मिळवू शकतात. हे वैशिष्ट्य आंतरराष्ट्रीय व्यापार आणि वित्तीय जागतिकीकरणास समर्थन देते.

१०) विघटनकारी नवोपक्रम :

फिनटेक बँकिंग वित्तीय उद्योगातील विघटनकारी नवकल्पना दर्शवते. हे पारंपारिक बँकांना ग्राहकांच्या बदलत्या अपेक्षांशी जुळवून घेण्याचे आणि नवकल्पना करण्याचे आव्हान देते. ही स्पर्धा वित्तीय संस्थांना त्यांच्या सेवा सुधारण्यासाठी आणि डिजिटल तंत्रज्ञानाचा अवलंब करण्यास प्रोत्साहित करते.

ड) फिनटेक बँकिंगची आव्हाने :

फिनटेक बँकिंगची प्रमुख आव्हाने पुढीलप्रमाणे आहेत :

१) नियामक अनुपालन आणि देखरेख :

फिनटेक बँकिंग अत्यंत नियमन केलेल्या वातावरणात चालते. वित्तीय नियमांचे पालन करणे, जसे की अँटी-मनी लाँडरिंग (AML), नो-युअर-कस्टमर (KYC) आवश्यकता आणि माहिती संरक्षण कायदे इ. हे एक मोठे आव्हान आहे. या नियमांचे पालन सुनिश्चित करण्यासाठी फिनटेक कंपन्यांनी जटिल कायदेशीर चौकट समायोजित करणे आवश्यक आहे, जे एका अधिकार क्षेत्रातून दुसऱ्या अधिकार क्षेत्रात बदलू शकतात.

२) सायबर सुरक्षा धोके :

फिनटेक बँका मोठ्या प्रमाणात संवेदनशील वित्तीय आणि वैयक्तिक माहिती हाताळतात, ज्यामुळे त्या सायबर हल्ल्यांचे मुख्य लक्ष्य बनतात. माहितीचे उल्लंघन, रॅन्समवेअर हल्ले आणि फिशिंगच्या प्रयत्नांसारख्या सायबर सुरक्षा धोक्यांमुळे ग्राहकांचा विश्वास आणि वित्तीय स्थिरता या दोहोंसाठी महत्त्वपूर्ण धोके निर्माण होतात. मजबूत सायबर सुरक्षा उपाय राखणे हे सर्वोपरि आहे.

३) माहितीची गोपनीयता आणि ग्राहक संरक्षण :

फिनटेक बँकांद्वारे ग्राहक माहितीचे संकलन आणि वापर, माहितीची गोपनीयता आणि ग्राहक संरक्षणाबद्दल समस्या वाढवते. माहिती विश्लेषणाद्वारे वैयक्तिकृत सेवा प्रदान करणे आणि व्यक्तींच्या गोपनीयतेच्या अधिकारांचे रक्षण करणे यात संतुलन राखणे हे एक आव्हान आहे. GDPR किंवा CCPA सारख्या माहिती संरक्षण नियमांचे पालन करणे महत्त्वाचे आहे.

४) स्केलेबिलिटी आणि पायाभूत सुविधा :

फिनटेक बँका जसजशा वाढतात आणि अधिक वापरकर्ते घेतात, तसतसे त्यांनी हे सुनिश्चित केले पाहिजे की त्यांची पायाभूत सुविधा कार्यक्षमतेने वाढलेली व्यवहाराची मात्रा आणि ग्राहकांच्या मागणीला सामावून घेतील. सेवेतील व्यत्यय किंवा कार्यप्रदर्शन कमी न होता वाढवणे हे तांत्रिक आव्हान आहे.

५) विश्वास आणि प्रतिष्ठा व्यवस्थापन :

वित्तीय क्षेत्रात विश्वास निर्माण करणे आणि टिकवणे हे महत्त्वाचे आहे. फिनटेक बँकांना अनेकदा व्यवसायात नवोदित अशा ग्राहकांसोबत विश्वास प्रस्थापित करणे आवश्यक आहे जे केवळ डिजिटल बँकांबद्दल साशंक असतील. विश्वासार्हता, पारदर्शकता आणि नैतिक पद्धती सुनिश्चित करणे हे एक सततचे आव्हान आहे.

६) वित्तीय समावेशन आणि सुलभता :

फिनटेक बँकिंगमध्ये वित्तीय समावेशन वाढवण्याची क्षमता असली तरी, इंटरनेट किंवा डिजिटल साक्षरतेचा वापर नसलेल्या लोकांसह तिच्या सेवा सर्वांसाठी उपलब्ध आहेत याची खात्री करण्याचे आव्हान देखील तिच्यासमोर आहे. वित्तीय सेवांमध्ये समान प्रवेशासाठी हे डिजिटल डिव्हाईड पूर्ण करणे आवश्यक आहे.

७) स्पर्धा आणि बाजार संपृक्तता :

फिनटेक बँकिंग परिप्रेक्ष अधिकाधिक स्पर्धात्मक होत आहे, अनेक स्पर्धक बाजारात प्रवेश करत आहेत. बाजारपेठेतील हिस्सा मिळवणे हे एक आव्हान बनते. फिनटेक कंपन्यांनी स्वतःला वेगळे करण्यासाठी सतत नवनवीन शोध लावले पाहिजेत.

८) आंतर-कार्यक्षमता आणि एकत्रीकरण :

फिनटेक बँकांना अनेकदा पारंपरिक बँकिंग प्रणाली आणि इतर वित्तीय संस्थांशी समाकलित करण्याची आवश्यकता असते. या विविध प्रणालींमध्ये अखंड आंतर-कार्यक्षमता प्राप्त करणे तांत्रिकदृष्ट्या आव्हानात्मक असू शकते. सुसंगतता आणि माहिती हस्तांतर मानके स्थापित करणे आवश्यक आहे.

९) निधी आणि भांडवल व्यवस्थापन :

अनेक फिनटेक स्टार्टअप्सना विशेषत: त्यांच्या सुरुवातीच्या टप्प्यात निधी आव्हानांना सामोरे जावे लागते. विस्तार, नवकल्पना आणि नियामक अनुपालनासाठी भांडवल उभारणी करणे कठीण होऊ शकते. दीर्घकालीन शाश्वततेसाठी वित्तीय संसाधनांचे कार्यक्षमतेने व्यवस्थापन करणे महत्त्वाचे आहे.

१०) बाजार आणि नियामक जोखीम :

फिनटेक बँका बाजारातील जोखमींना सामोरे जातात, ज्यात व्याजदरातील चढउतार आणि आवित्तीय परिस्थिती यांचा समावेश होतो. याव्यतिरिक्त नियामक बदल त्यांच्या कार्यात्मकतेवर महत्त्वपूर्ण परिणाम करू शकतात. दीर्घकालीन यशासाठी या जोखमींबद्दल माहिती असणे आणि त्यांच्याशी जुळवून घेणे आवश्यक आहे.

२.५.५ क्लाउड बँकिंग :

क्लाउड बँकिंग ज्याला क्लाउड-आधारित बँकिंग असेही म्हटले जाते हे आधुनिक वित्तीय सेवा प्रारूप आहे जेथे बँका त्यांच्या सेवा होस्ट करण्यासाठी आणि वितरित करण्यासाठी क्लाउड संगणन तंत्रज्ञानाचा वापर करतात. हे बँकांना वेब आणि मोबाईल ॲप्लिकेशन्सद्वारे बँकिंग सेवांमध्ये अखंड प्रवेश प्रदान करताना कार्यपद्धतीचे मोजमाप करण्यास, चपळता वाढविण्यास आणि पायाभूत खर्च कमी करण्यास सक्षम करते. क्लाउड बँकिंग बदलत्या ग्राहकांच्या मागण्या आणि नियामक आवश्यकतांशी जुळवून घेण्याची लवचिकता देते, ज्यामुळे ते बँकिंग उद्योगात नावीन्य आणि कार्यक्षमतेचे प्रमुख माध्यम बनते.

अ) अर्थ :

क्लाउड बँकिंग ज्याला सहसा क्लाउड-आधारित बँकिंग म्हणून संबोधले जाते, हे एक वित्तीय सेवा प्रारूप आहे जिथे बँका त्यांच्या सेवा संचयित करण्यासाठी, व्यवस्थापित करण्यासाठी आणि वितरीत करण्यासाठी क्लाउड कॉम्प्युटिंग तंत्रज्ञानाचा लाभ घेतात. त्यांचे कामकाज क्लाउडवर हलवून, बँका त्यांच्या प्रक्रिया सुव्यवस्थित करू शकतात, पायाभूत सुविधा खर्च कमी करू शकतात आणि बदलत्या बाजार परिस्थितीशी झटपट जुळवून घेण्याची लवचिकता मिळवू शकतात. हा दृष्टीकोन ग्राहकांना माहितीची सुरक्षितता आणि मापनीयता सुनिश्चित करताना वेब व मोबाईल ॲप्लिकेशन्सद्वारे सोयीस्करपणे बँकिंग सेवांमध्ये प्रवेश करण्यास परवानगी देतो. बँकिंग व्यवसायाच्या आधुनिकीकरणात क्लाउड बँकिंग महत्त्वपूर्ण भूमिका बजावते, वाढत्या डिजिटल जगात नाविन्यपूर्ण आणि ग्राहक-केंद्रित उपाय प्रदान करण्यास संस्थांना सक्षम करते.

ब) व्याख्या :

क्लाउड बँकिंगच्या व्याख्या खालीलप्रमाणे आहेत :

१) डेलॉइट :

''क्लाउड बँकिंग हे अशा बँकिंग प्रारूपाचा संदर्भ देते जे विविध बँकिंग सेवांच्या वितरणासाठी क्लाउड कॉम्प्युटिंग तंत्रज्ञानावर अवलंबून असते. यामध्ये डेटा, ॲप्लिकेशन्स आणि प्रक्रिया होस्ट करण्यासाठी क्लाउड पायाभूत सुविधांचा वापर करणे समाविष्ट आहे, ज्यामुळे बँकांना अधिक मापनीयता, चपळता आणि खर्च-कार्यक्षमता साध्य करता येते.''

२) आयएमबी :

''क्लाउड बँकिंग म्हणजे माहिती संग्रह, ग्राहक सेवा आणि ॲप्लिकेशन विकास यासारख्या विविध बँकिंग प्रक्रिया सुव्यवस्थित आणि वर्धित करण्यासाठी क्लाउड कंप्युटिंग सेवा आणि तंत्रज्ञान वापरण्याची प्रथा आहे. हे बँकांना त्यांच्या कार्याचे आधुनिकीकरण करण्यास, भांडवली खर्च कमी करण्यास आणि डिजिटल परिवर्तनास गती देण्यास सक्षम करते.''

३) फाइनएक्सट्रा :

''क्लाउड बँकिंग हा बँकिंगसाठी एक परिवर्तनकारी दृष्टीकोन आहे जो इंटरनेटवर सेवा आणि उपाय प्रदान करण्यासाठी क्लाउड तंत्रज्ञानाचा लाभ घेतो. यात बँकिंग प्रक्रिया, माहिती आणि अनुप्रयोग क्लाउड सर्व्हरवर स्थलांतरित करणे, कार्यपद्धतीची कार्यक्षमता सुधारत असताना बँकांना प्रमाणजोगी आणि नाविन्यपूर्ण सेवा प्रदान करण्यास सक्षम करणे समाविष्ट आहे.''

४) मॅकिन्से अँड कंपनी :

''क्लाउड बँकिंग हे बँकिंग उद्योगातील बदलाचे प्रतिनिधित्व करते, जिथे बँका त्यांच्या मूलभूत बँकिंग प्रणाली आणि अनुप्रयोग होस्ट करण्यासाठी पायाभूत सुविधांचा वापर करतात. हा दृष्टिकोन बँकांना बाजारातील बदलांशी झटपट जुळवून घेण्याची, माहिती-तंत्रज्ञान खर्च कमी करण्याची आणि ग्राहकांना आधुनिक, डिजिटल-आधारित बँकिंग अनुभव प्रदान करण्याची क्षमता देते.''

क) क्लाउड बँकिंगची वैशिष्ट्ये :

क्लाउड बँकिंगची मुख्य वैशिष्ट्ये पुढीलप्रमाणे आहेत :

१) मापनीयता :

क्लाउड बँकिंग बँकांना त्यांच्या पायाभूत सुविधा आणि संसाधने मागणीच्या आधारावर किंवा कमी करण्याची क्षमता प्रदान करते. ही लवचिकता कामाचा भार हाताळण्यासाठी, वृद्धीस सामावून घेण्यासाठी आणि सुट्ट्या किंवा विशेष जाहिराती यासारख्या सर्वोच्च व्यवहाराच्या वेळेचे कार्यक्षमतेने व्यवस्थापन करण्यासाठी महत्त्वपूर्ण आहे.

२) खर्चाची कार्यक्षमता :

क्लाउड बँकिंगचा एक प्राथमिक फायदा म्हणजे खर्चात कपात. बँका भौतिक पायाभूत सुविधा आणि हार्डवेअरवर यावरील महत्त्वपूर्ण आगाऊ भांडवली खर्च टाळू शकतात, कारण ते क्लाउड प्रदात्यांद्वारे प्रदान केलेल्या जाता-जाता पैसे द्या प्रारूपाचा फायदा घेऊ शकतात. क्लाउड प्रदाते व्यवस्था अद्यतने आणि देखभाल कार्ये हाताळतात म्हणून ही खर्च कार्यक्षमता देखभालीपर्यंत वाढवते.

३) प्रवेशयोग्यता आणि सुविधा :

क्लाउड बँकिंग वेब आणि मोबाईल ॲप्लिकेशन्सद्वारे ग्राहकांना २४/७ बँकिंग सेवा उपलब्ध करून देते. ग्राहक इंटरनेट कनेक्शनद्वारे कुठूनही व्यवहार करू शकतात, खात्यातील शिल्लक तपासू शकतात आणि वित्तीय माहिती मिळवू शकतात. हे सुविधा वाढवते आणि एकूण ग्राहक अनुभव सुधारते.

४) माहितीची सुरक्षा आणि अनुपालन :

क्लाउड बँकिंग प्रदाते माहितीची सुरक्षा आणि उद्योग नियमांचे पालन करण्यास प्राधान्य देतात. ते ग्राहकांची माहिती संरक्षित करण्यासाठी प्रगत सुरक्षा उपाय, एन्क्रिप्शन प्रोटोकॉल आणि प्रवेश नियंत्रणांमध्ये गुंतवणूक करतात. याव्यतिरिक्त, ते सहसा अनुपालन वैशिष्ट्ये प्रदान करतात जे बँकांना नियामक आवश्यकतांचे पालन करण्यास मदत करतात.

५) सेवांचे वेगवान उपयोजन :

क्लाउड बँकिंगद्वारे बँका पारंपारिक पायाभूत सुविधांशी संबंधित दीर्घ हार्डवेअर खरेदी आणि सेटअप प्रक्रियेशिवाय नवीन उत्पादने आणि सेवा त्वरित वितरित करू शकतात. ही चपळता बँकांना वेगाने विकसित होत असलेल्या वित्तीय परिदृश्यात स्पर्धात्मक राहण्यास सक्षम करते.

६) आपत्ती पुनर्प्राप्ती आणि व्यवसाय सातत्य :

क्लाउड बँकिंग उपयांमध्ये मजबूत आपत्ती पुनर्प्राप्ती आणि व्यवसाय सातत्य योजना समाविष्ट आहेत. डेटा रिडंडंसी, बॅकअप सिस्टम आणि फेलओव्हर मेकॅनिझम हे सुनिश्चित करतात की महत्वपूर्ण बँकिंग कार्यपद्धती अनपेक्षित व्यत्यय किंवा आपत्तींच्या परिस्थितीतही चालू राहू शकतात.

७) प्रगत विश्लेषणे आणि माहिती :

क्लाउड बँकिंग प्लॅटफॉर्म अनेकदा प्रगत किंवा अत्याधुनिक विश्लेषण साधने एकत्रित करतात जे बँकांना ग्राहक डेटामधून माहिती प्राप्त करण्यास परवानगी देतात. ही माहिती उत्पादन विकास, विपणन धोरणे, जोखीम मूल्यांकन आणि ग्राहक प्रतिबद्धता प्रयत्नांची माहिती देते, ज्यामुळे माहिती-आधारित निर्णय घेणे शक्य होते.

८) सहयोग आणि एकत्रीकरण :

क्लाउड बँकिंग फिनटेक भागीदार आणि तृतीय-पक्ष प्रदात्यांशी सहयोग सुलभ करते. बँका त्यांच्या सेवांमध्ये नाविन्यपूर्ण फिनटेक यपाय सहजपणे समाकलित करू शकतात, ज्यामुळे वित्तीय सेवांची एक वैविध्यपूर्ण परिसंस्था निर्माण होते. हे नाविन्यपूर्णतेला चालना देते आणि बँकेस ग्राहकांना विस्तृत सेवा प्रदान करण्यास सक्षम करते.

९) ग्राहक-केंद्रित उपाय :

क्लाउड बँकिंग ग्राहक-केंद्रित उपाय तयार करण्यावर जोरदार भर देते. ग्राहकांचे समाधान आणि निष्ठा वाढवून वैयक्तिक ग्राहकांच्या गरजा आणि प्राधान्यांनुसार सेवा तयार करण्यासाठी बँका तथ्य विश्लेषण आणि वैयक्तिकरण तंत्र वापरू शकतात.

१०) नियामक चपळता :

क्लाउड बँकिंग उपयांमध्ये सहसा साधने आणि वैशिष्ट्ये समाविष्ट असतात जी बँकांना जटिल नियामक परिप्रेक्षामध्ये समायोजित करण्यात मदत करतात. ही चपळता विशेषतः वित्तीय क्षेत्रात महत्त्वाची आहे, जिथे विविध नियमांचे पालन करणे महत्त्वाचे असते.

ड) क्लाउड बँकिंगची आव्हाने :

क्लाउड बँकिंगची आव्हाने खालीलप्रमाणे आहेत :

१) सुरक्षा आणि अनुपालन :

क्लाउड बँकिंगसाठी वित्तीय माहितीची सुरक्षितता सुनिश्चित करणे हे सर्वात मोठे आव्हान आहे. बँका ग्राहकांच्या संवेदनशील माहितीच्या संरक्षक असतात आणि त्यांनी कठोर नियामक मानकांचे पालन केले पाहिजे. क्लाउड सेवा प्रदात्यांनी (CSPs) माहितीचे उल्लंघन, सायबर हल्ल्यांपासून संरक्षण करण्यासाठी आणि GDPR आणि PCI DSS सारख्या उद्योग-विशिष्ट अनुपालन आवश्यकतांचे पालन सुनिश्चित करण्यासाठी त्यांचे सुरक्षा उपाय सतत मजबूत केले पाहिजेत.

२) माहितीची गोपनीयता :

ग्राहक माहितीची गोपनीयता राखणे ही एक गंभीर समस्या आहे. क्लाउड बँकिंग प्लॅटफॉर्ममध्ये बऱ्याचदा वैयक्तिक आणि वित्तीय माहितीवर मोठ्या प्रमाणात प्रक्रिया केली जाते. ग्राहकांच्या गोपनीयतेचे रक्षण करण्यासाठी बँकांनी मजबूत डेटा एन्क्रिप्शन, प्रवेश नियंत्रणे आणि देखरेख यंत्रणा लागू करणे आवश्यक आहे. याव्यतिरिक्त, त्यांनी डेटा रेसिडेन्सी आणि आंतरराष्ट्रीय माहिती हस्तांतरण नियमांच्या गुंतागुंतांवर समायोजित करणे आवश्यक आहे.

३) सायबर सुरक्षा धोके :

सायबर सुरक्षा धोक्यांचे विकसित होणारे परिप्रेक्ष क्लाउड बँकिंगसाठी सतत आव्हान उभे करते. मालवेअर, रॅन्समवेअर आणि फिशिंग हल्ले क्लाउड पायाभूत सुविधा आणि ग्राहक माहिती या दोन्हींना लक्ष्य करतात.

बँकांनी अत्याधुनिक सुरक्षा तंत्रज्ञानामध्ये गुंतवणूक केली पाहिजे आणि सायबर गुन्हेगारांपेक्षा एक पाऊल पुढे राहण्यासाठी त्यांचे संरक्षण धोरण सतत अद्यतनित केले पाहिजे.

४) परंपरागत प्रणालींशी एकत्रीकरण :

बऱ्याच बँका अजूनही क्लाउड तंत्रज्ञानाशी विसंगत असलेल्या परंपरागत प्रणालींवर अवलंबून आहेत. या प्रणालींना आधुनिक क्लाउड-आधारित उपायांद्वारे एकत्रित करणे ही एक जटिल आणि महाग प्रक्रिया आहे. स्थलांतराच्या प्रयत्नांसाठी काळजीपूर्वक नियोजन आवश्यक आहे आणि व्यवसायातील सातत्य राखण्यासाठी आणि ग्राहकांना होणारा व्यत्यय कमी करण्यासाठी अखंड एकीकरण आवश्यक आहे.

५) विक्रेता लॉक-इन :

विक्रेता लॉक-इन ही क्लाउड बँकिंगशी निगडीत जोखीम आहे, कारण संस्था त्यांच्या निवडलेल्या ग्राहक सेवा बिंदू (CSP) वर मोठ्या प्रमाणावर अवलंबून असतात. भिन्न प्रदात्यांकडे संक्रमण करणे आव्हानात्मक आणि महाग असू शकते, ज्यामुळे बँकांना विक्रेता करारांचे काळजीपूर्वक मूल्यांकन करणे आणि दीर्घकालीन परिणामांचा विचार करणे अत्यावश्यक बनते.

६) मापनीयता :

क्लाउड बँकिंग मापनीयतेचे फायदे देते, परंतु जलद वृद्धी व्यवस्थापित करणे ही दुधारी तलवार असू शकते. बँकांनी हे सुनिश्चित केले पाहिजे की त्यांची क्लाउड पायाभूत सेवेची गुणवत्ता राखताना मागणीतील चढउतारांशी जुळवून घेऊ शकते. प्रभावी मापनीयतेसाठी सर्वसमावेशक धोरण आणि मजबूत देखरेख साधने आवश्यक आहेत.

७) खर्च व्यवस्थापन :

क्लाउड बँकिंगमुळे पायाभूत सुविधा खर्च कमी होऊ शकतो, परंतु ते नवीन खर्च व्यवस्थापन आव्हाने देखील सादर करते. बँकांनी काळजीपूर्वक वापराचा मागोवा घेणे, संसाधनांचे वाटप पर्याप्त करणे आणि अनावश्यक खर्च टाळणे आवश्यक आहे. बजेट अधिक्य टाळण्यासाठी क्लाउड खर्च व्यवस्थापन साधने आणि धोरणे महत्त्वपूर्ण आहेत.

८) नियामक अनुपालन :

क्षेत्रानुसार बदलणाऱ्या आणि बदलू शकणाऱ्या नियमांद्वारे वित्तीय व्यवसाय मोठ्या प्रमाणावर नियंत्रित केला जातो. क्लाउड बँकिंग संस्थांनी सतत निरीक्षण केले पाहिजे आणि विकसित होत असलेल्या नियामक आवश्यकतांशी जुळवून घेतले पाहिजे. माहिती संचयनापासून आपत्ती पुनर्प्राप्तीपर्यंत क्लाउड कार्यपध्दतींच्या सर्व पैलूंचे पालन सुनिश्चित करणे हे एक सततचे आव्हान आहे.

९) आपत्ती पुनर्प्राप्ती आणि व्यवसाय सातत्य :

क्लाउड वातावरणात मजबूत आपत्ती पुनर्प्राप्ती आणि व्यवसाय सातत्य योजना राखणे अत्यावश्यक आहे. अखंडित सेवा आणि माहितीची अखंडता सुनिश्चित करण्यासाठी बँकांनी हार्डवेअर अपयश, माहितीचे उल्लंघन किंवा नैसर्गिक आपत्ती यासारख्या कोणत्याही अनपेक्षित घटनांसाठी तयार असले पाहिजे.

१०) प्रतिभेची कमतरता :

क्लाउड तंत्रज्ञान आणि वित्तीय क्षेत्रातील गुंतागुंत या दोन्ही गोष्टी समजून घेणाऱ्या कुशल व्यावसायिकांची मागणी वाढली आहे. अशा प्रतिभेच्या कमतरतेमुळे बँकांना क्लाउड बँकिंग उपाय प्रभावीपणे व्यवस्थापित करण्यासाठी आवश्यक तज्ज्ञांची नियुक्ती करणे आणि त्यांना टिकवून ठेवणे कठीण होते.

२.५.६ ओपन बँकिंग :

ओपन बँकिंग हा एक वित्तीय व्यवहार आहे जो तृतीय-पक्ष वित्तीय सेवा प्रदात्यांना ॲप्लिकेशन प्रोग्रामिंग इंटरफेस (APIs) द्वारे ग्राहकाच्या संमतीने ग्राहक वित्तीय माहितीत प्रवेश आणि सामाईक करण्याची परवानगी देतो. हे बँका आणि अधिकृत फिनटेक कंपन्यांमध्ये सुरक्षित माहिती सामायिकरण सक्षम करून स्पर्धा, नवकल्पना आणि नवीन वित्तीय सेवांच्या विकासाला चालना देते. ओपन बँकिंग ग्राहकांना त्यांच्या वित्तीय माहितीवर अधिक नियंत्रण ठेवण्यास सक्षम करते आणि त्यांना अनुकूल वित्तीय उत्पादने आणि सेवांच्या विस्तृत श्रेणीमध्ये प्रवेश करण्यास सक्षम करते. ही प्रक्रिया पारदर्शकतेला चालना देण्यासाठी आणि ग्राहकांचे बँकिंग अनुभव वाढवण्यासाठी अनेक देशांमध्ये नियामक उपक्रमांद्वारे चालविली जाते.

अ) अर्थ :

ओपन बँकिंग हा एक वित्तीय व्यवहार आहे जो व्यक्ती आणि व्यवसायांना त्यांची वित्तीय माहिती तृतीय-पक्ष वित्तीय सेवा प्रदात्यांसोबत प्रमाणित ॲप्लिकेशन प्रोग्रामिंग इंटरफेस (APIs) द्वारे सुरक्षितपणे शेअर करण्यास सक्षम करते. ही प्रक्रिया अनेकदा नियामक प्राधिकरणांद्वारे अनिवार्य किंवा प्रोत्साहन दिलेली, अधिकृत फिनटेक कंपन्यांना आणि इतर संस्थांना ग्राहकाच्या स्पष्ट संमतीने, ग्राहक बँकिंग माहितीमध्ये प्रवेश आणि वापर करण्याची परवानगी देऊन स्पर्धा, नवकल्पना आणि नवीन वित्तीय सेवांच्या विकासास प्रोत्साहन देते. हे ग्राहकांना त्यांच्या वित्तीय माहितीवर अधिक नियंत्रण ठेवण्यासाठी, वैयक्तिकृत वित्तीय उत्पादनांच्या निर्मितीला प्रोत्साहन देते आणि अधिक पर्याय व सुविधा प्रदान करून एकूण बँकिंग अनुभव वाढवते.

ब) व्याख्या :

ओपन बँकिंगच्या व्याख्या खालीलप्रमाणे आहेत :

१) युरोपियन बँकिंग प्राधिकरण (EBA) :

''ओपन बँकिंग हे एक अशी सज्ञाआहे ज्यामध्ये तांत्रिक वैशिष्ट्यांचा समावेश आहे ज्यामुळे तृतीय-पक्ष प्रदाते पेमेंट खाते किंवा पेमेंट सेवा वापरकर्त्यांने धारण केलेल्या पेमेंट खात्याशी संबंधित माहितीमध्ये प्रवेश करू शकतात.''

२) जागतिक बँक :

''ओपन बँकिंग हे एक सहयोगात्मक प्रारूप आहे ज्यामध्ये बाजारपेठेत वर्धित क्षमता वितरीत करण्यासाठी दोन किंवा अधिक असंबद्ध पक्षांमध्ये ॲप्लिकेशन प्रोग्रामिंग इंटरफेसद्वारे बँकिंग डेटा सामायिक केला जातो.''

३) डेलॉइट :

''ओपन बँकिंग ही अशी परिसंस्था, आहे जिथे बँका तृतीय पक्ष विकासक, फिनटेक कंपन्या आणि इतर वित्तीय संस्थांना त्यांच्या ग्राहकांच्या माहितीमध्ये प्रवेश प्रदान करतात, ज्यामुळे त्यांना नवीन अनुप्रयोग आणि सेवा तयार करण्याची परवानगी मिळते.''

४) ॲक्सेंचर :

''ओपन बँकिंग हे एक सहयोगात्मक प्रारूप आहे ज्यामध्ये बँकिंग माहिती ॲप्लिकेशन प्रोग्रामिंग इंटरफेसद्वारे दोन किंवा अधिक असंबद्ध पक्षांमध्ये सामाईक केली जाते ज्यामुळे बाजारपेठेत वर्धित क्षमता वितरीत केली जाते.''

क) ओपन बँकिंगची वैशिष्ट्ये :

ओपन बँकिंगची वैशिष्ट्ये खालीलप्रमाणे आहेत :

१) ॲप्लिकेशन प्रोग्रामिंग इंटरफेसद्वारे माहिती सामायिकरण :

ओपन बँकिंग ॲप्लिकेशन प्रोग्रामिंग इंटरफेसद्वारे तृतीय-पक्ष प्रदात्यांसोबत ग्राहक वित्तीय माहितीच्या सुरक्षित सामायिकरणाभोवती फिरते. ॲप्लिकेशन प्रोग्रामिंग इंटरफेस हा एक तांत्रिक पूल आहे जो माहितीची सुरक्षितता आणि गोपनीयता सुनिश्चित करताना बँकांना त्यांचा डेटा अधिकृत संस्थांकडे उघड करण्यास सक्षम करतो.

२) वर्धित ग्राहक नियंत्रण :

ओपन बँकिंगच्या मूलभूत तत्त्वांपैकी एक म्हणजे ग्राहकांची संमती. हे ग्राहकांना त्यांच्या वित्तीय माहितीवर अधिक नियंत्रण ठेवण्यास सक्षम करते. कोणते तृतीय-पक्ष प्रदाते त्यांच्या माहितीमध्ये प्रवेश करू शकतात आणि कोणत्या हेतूंसाठी, अधिक वैयक्तिकृत आणि सुरक्षित बँकिंग अनुभव तयार करू शकतात याची ग्राहक निवड करू शकतात.

३) वाढलेली स्पर्धा :

फिनटेक स्टार्टअप्स सारख्या नवीन स्पर्धकांना वित्तीय सेवा बाजारात प्रवेश देऊन मुक्त बँकिंग स्पर्धेला प्रोत्साहन देते. या स्पर्धेमुळे ग्राहकांसाठी उत्तम उत्पादने, सेवा आणि किमतीचे पर्याय उपलब्ध होतात, कारण पारंपारिक बँकांनी स्पर्धात्मक राहण्यासाठी नवनवीन गोष्टी आणल्या पाहिजेत.

४) नवोपक्रम आणि उत्पादन विकास :

वित्तीय माहितीच्या विस्तृत श्रेणीमध्ये प्रवेश केल्यामुळे, तृतीय-पक्ष प्रदाते नाविन्यपूर्ण उत्पादने आणि सेवा विकसित करतात. यामध्ये बजेटिंग ॲप्स, गुंतवणूक प्लॅटफॉर्म, कर्ज देणारे उपाय इ. समाविष्ट असते. उद्योग अधिक सहयोगी आणि ग्राहक-केंद्रित झाल्यामुळे नावीन्यपूर्णतेची भरभराट होते.

५) वित्तीय समावेशन :

ओपन बँकिंगमध्ये व्यक्ती आणि व्यवसायांना वित्तीय सेवांमध्ये प्रवेश करणे सोपे करून वित्तीय समावेशन वाढवण्याची क्षमता आहे. फिनटेक कंपन्या बँकिंग आणि क्रेडिटमध्ये प्रवेश वाढवून, सेवा नसलेल्या किंवा बँक नसलेल्या लोकसंख्येसाठी तयार केलेले उपाय प्रदान करू शकतात.

६) सीमापार व्यवहार :

ओपन बँकिंगमध्ये सीमापार व्यवहार सुलभ आणि जलद करण्याची क्षमता आहे. हे आंतरराष्ट्रीय देयके सुलभ करू शकते, शुल्क कमी करू शकते आणि जागतिक पैसे हस्तांतरणाची गती आणि पारदर्शकता वाढवू शकते, ज्यामुळे व्यवसाय आणि ग्राहकांना फायदा होतो.

७) नियामक चौकट :

ओपन बँकिंगच्या परिप्रेक्षाला आकार देण्यासाठी नियामक संस्था महत्त्वपूर्ण भूमिका बजावतात. अनेक देशांनी माहितीचे सामायिकरण, ग्राहक संरक्षण आणि सुरक्षा मानके नियंत्रित करण्यासाठी नियामक चौकट लागू केली आहे किंवा त्याबाबत विचार करत आहेत. ही चौकट ओपन बँकिंगसाठी सुरक्षित आणि प्रमाणित दृष्टिकोन सुनिश्चित करण्यास मदत करतात.

८) सुरक्षा आणि माहितीची गोपनीयता :

ओपन बँकिंगमध्ये सुरक्षितता सर्वोपरि असते. ग्राहकांच्या माहितीचे उल्लंघन आणि सायबर हल्ल्यांपासून संरक्षण करण्यासाठी बँका आणि तृतीय पक्ष प्रदाते यांनी कडक सुरक्षा प्रोटोकॉलचे पालन केले आहे. एनक्रिप्शन, प्रमाणीकरण आणि अधिकृतता यंत्रणा या सुरक्षा पायाभूत सुविधांचे महत्त्वपूर्ण घटक आहेत.

९) कमाईच्या संधी :

वित्तीय संस्थांना त्यांची माहिती आणि ऍप्लिकेशन प्रोग्रामिंग इंटरफेसची कमाई करण्यासाठी खुल्या बँकिंगच्या संधी उपलब्ध आहेत. बँका तृतीय-पक्ष प्रदात्यांकडून त्यांच्या माहितीमध्ये प्रवेश करण्यासाठी शुल्क आकारू शकतात, नवीन महसूल प्रवाह तयार करतात. याव्यतिरिक्त, ते संयुक्त उत्पादने आणि सेवा प्रदान करण्यासाठी फिनटेक कंपन्यांशी भागीदारी शोधू शकतात.

१०) ग्राहक-केंद्रित बँकिंग :

ओपन बँकिंगचे उद्दिष्ट पारंपारिक उत्पादन-केंद्रित दृष्टिकोनास ग्राहक-केंद्रित दृष्टिकोनाकडे वळवणे हे आहे. ग्राहकांना त्यांची माहिती निवडकपणे सामायिक करण्यास परवानगी देऊन, वित्तीय संस्था वैयक्तिक वित्तीय गरजा आणि प्राधान्ये पूर्ण करणारे अधिक वैयक्तिकृत आणि तयार केलेले उपाय प्रदान करतात.

ड) ओपन बँकिंगची आव्हाने :

ओपन बँकिंगची आव्हाने पुढीलप्रमाणे आहेत :

१) सुरक्षा आणि माहितीची गोपनीयता :

ओपन बँकिंगमध्ये बँका आणि तृतीय पक्ष प्रदात्यांमधील संवेदनशील वित्तीय माहिती सामायिक करणे समाविष्ट आहे. या माहितीची सुरक्षा आणि गोपनीयतेची खात्री करणे सर्वोपरि आहे. सायबरसुरक्षा धमक्या, माहितीचे उल्लंघन आणि अनधिकृत प्रवेशाचे ग्राहक व वित्तीय संस्था दोघांसाठी गंभीर परिणाम होऊ शकतात. मजबूत सुरक्षा उपाय आणि अनुपालन मानके विकसित करणे हे सतत आव्हान आहे.

२) नियामक अनुपालन :

ओपन बँकिंग नियम आणि अनुपालन आवश्यकतांच्या जटिल जाळ्यामध्ये कार्य करते. विविध प्रदेश आणि देशांची स्वतःची नियामक चौकट असते, ज्यामुळे वित्तीय संस्थांना समायोजित करणे आणि ते पूर्ण पालन करत असल्याची खात्री करणे आव्हानात्मक बनते. विकसित होत असलेल्या नियमांशी अद्ययावत राहणे हे विशेषत: बहुराष्ट्रीय बँकांसाठी सतत आव्हान असते.

३) माहितीचे मानकीकरण :

माहिती हे अखंडपणे सामायीकरण सक्षम करण्यासाठी, प्रमाणित माहितीचे स्वरूप आणि संरचना असणे आवश्यक आहे. तथापि, माहिती मानकांवर एकमत प्राप्त करणे आव्हानात्मक असते, विशेषत: जागतिक संदर्भात जेथे भिन्न देश आणि प्रदेशांच्या भिन्न आवश्यकता आणि प्राधान्ये असतात. आंतर-कार्यक्षमता आणि कार्यक्षम माहिती विनिमय सुनिश्चित करण्यासाठी मानकीकरण महत्त्वपूर्ण असते.

४) संमती व्यवस्थापन :

ओपन बँकिंग म्हणजे माहिती सामाईक करण्यासाठी ग्राहकांची संमती. विविध तृतीय-पक्ष प्रदात्यांवरील या संमती व्यवस्थापित करणे आणि ट्रॅक करणे जटिल असते. ग्राहकांचे त्यांच्या संमतींवर पूर्ण नियंत्रण आणि दृश्यमानता आहे याची खात्री करणे आणि या संमती अंकेक्षण करण्यायोग्य असणे हे सततचे आव्हान आहे.

५) ऍप्लिकेशन प्रोग्रामिंग इंटरफेसचा विकास :

ओपन बँकिंगसाठी मजबूत आणि सुरक्षित ऍप्लिकेशन प्रोग्रामिंग इंटरफेसचा विकास आणि देखभाल आवश्यक आहे. वित्तीय संस्थांनी ऍप्लिकेशन प्रोग्रामिंग इंटरफेस पायाभूत सुविधांमध्ये गुंतवणूक करणे आणि हे इंटरफेस विश्वासार्ह, मापनीय आणि विकसित होत असलेल्या तांत्रिक मानकांची पूर्तता करणे आवश्यक आहे. यासाठी ऍप्लिकेशन प्रोग्रामिंग इंटरफेस व्यवस्थापनामध्ये सतत गुंतवणूक आणि कौशल्य आवश्यक आहे.

६) ग्राहक शिक्षण आणि विश्वास :

माहितीपूर्ण निर्णय घेण्यासाठी ग्राहकांनी ओपन बँकिंगचे फायदे आणि जोखीम समजून घेणे आवश्यक आहे. विश्वास निर्माण करणे महत्त्वपूर्ण आहे आणि वित्तीय संस्था व तृतीय-पक्ष प्रदाते यांनी ग्राहक शिक्षण आणि माहिती सामाईक पद्धतींबद्दल पारदर्शक संवादामध्ये गुंतवणूक करणे आवश्यक आहे. ग्राहकांचा विश्वास मिळवण्यासाठी आणि टिकवून ठेवण्यासाठी माहितीची गोपनीयता आणि सुरक्षिततेबद्दलच्या चिंतेकडे लक्ष देणे आवश्यक आहे.

७) आंतर-कार्यक्षमता :

ओपन बँकिंगच्या यशासाठी विविध वित्तीय संस्था, प्रणाली आणि तृतीय-पक्ष प्रदाते यांच्यातील परस्पर कार्यक्षमता महत्त्वाची आहे. विविध प्लॅटफॉर्म आणि तंत्रज्ञान अखंडपणे संवाद साधू शकतात आणि माहिती सामायिक करू शकतात याची खात्री करणे हे एक महत्त्वपूर्ण तांत्रिक आव्हान आहे. आंतर-कार्यक्षमतेच्या अभावामुळे विखंडन होऊ शकते आणि नाविन्यपूर्ण सेवांच्या विकासात अडथळा येऊ शकतो.

८) दायित्व आणि विवाद निराकरण :

माहितीचे उल्लंघन, फसवणूक किंवा पक्षांमधील विवादांच्या प्रकरणांमध्ये दायित्व निश्चित करणे जटिल असते. ओपन बँकिंगमध्ये अनेक भागधारकांचा समावेश असतो आणि दायित्व व विवाद निराकरणासाठी स्पष्ट मार्गदर्शक तत्त्वे आवश्यक आहेत. सु-परिभाषित यंत्रणेच्या अनुपस्थितीमुळे कायदेशीर विवाद आणि नियामक आव्हाने निर्माण होऊ शकतात.

९) व्यवसाय प्रारूप परिवर्तन :

ओपन बँकिंगच्या बदलत्या परिप्रेक्षाशी जुळवून घेण्यासाठी पारंपारिक बँकांना त्यांचे व्यवसाय प्रारूप बदलण्याची आवश्यकता असते. हे परिवर्तन आव्हानात्मक असते, कारण त्यासाठी तंत्रज्ञान, प्रतिभा आणि संस्थात्मक संस्कृतीत बदल आवश्यक आहे. बँकांनी नावीन्यपूर्णतेची इच्छा आणि विद्यमान महसूल प्रवाहांचे संरक्षण करण्याची गरज देखील संतुलित केली पाहिजे.

१०) स्पर्धात्मक परिप्रेक्ष :

ओपन बँकिंग वित्तीय परिसंस्थेत फिनटेक स्टार्टअप्स आणि टेक दिग्गजांसारख्या नवीन स्पर्धकांचा परिचय देते. ही वाढलेली स्पर्धा पारंपारिक बँकांसमोर आव्हाने निर्माण करू शकते, कारण ग्राहकांची निष्ठा राखून त्यांच्यावर स्पर्धात्मक उत्पादने आणि सेवा प्रदान करण्याचा दबाव येऊ शकतो. सहकार्य आणि स्पर्धा यांच्यातील योग्य संतुलन शोधणे हे एक धोरणात्मक आव्हान आहे.

२.५.७ निओ बँक :

निओ बँक ज्यास डिजिटल बँक किंवा ऑनलाइन बँक असेही संबोधले जाते, ही एक अशी वित्तीय संस्था आहे जी केवळ किंवा प्रामुख्याने ऑनलाइन आणि मोबाइल प्लॅटफॉर्मद्वारे कार्यरत असते. म्हणजेच प्रत्यक्ष शाखा नसलेली ही बँक आहे. बचत खाती, खाती तपासणे, पेमेंट प्रक्रिया आणि कर्जासारख्या बँकिंग सेवांची विस्तृत श्रेणी प्रदान करण्यासाठी निओ बँका अत्याधुनिक तंत्रज्ञान आणि वापरकर्ता-अनुकूल डिजिटल इंटरफेसचा लाभ घेतात. पारंपारिक बँकिंग प्रारूपामध्ये व्यत्यय आणण्यासाठी आणि त्यांच्या ग्राहकांच्या डिजिटल-जाणकार प्राधान्यांची पूर्तता करण्यासाठी ते सुविधा, प्रवेशयोग्यतेला प्राधान्य देतात आणि अनेकदा स्पर्धात्मक शुल्क किंवा दर देतात. निओ बँकेने त्यांची चपळता, ग्राहक-केंद्रित दृष्टीकोन आणि डिजिटल युगात बँकिंग अनुभव पुन्हा परिभाषित करण्याच्या वचनबद्धतेमुळे लोकप्रियता मिळवली आहे.

अ) अर्थ :

निओ बँक, नवीन बँक साठी लहान, डिजिटल किंवा फक्त-ऑनलाइन वित्तीय संस्थेचा संदर्भ देते जी केवळ डिजिटल प्लॅटफॉर्म आणि मोबाइल ॲप्सद्वारे चालते, बहुतेकदा पारंपारिक वीट-आणि-मोर्टार शाखांशिवाय. निओ बँका ग्राहकांना सोयीस्कर, तंत्रज्ञान-जाणकार आणि ग्राहक-केंद्रित बँकिंग अनुभव प्रदान करण्याच्या उद्देशाने बचत खाती, खाती तपासणे, पेमेंट प्रक्रिया आणि कर्ज देणे यासारख्या अनेक बँकिंग सेवा देतात. पारंपारिक बँकांच्या विपरीत, निओ बँकांचा सामान्यतः कमी ओव्हरहेड खर्च असतो, ज्यामुळे त्यांना स्पर्धात्मक शुल्क, चांगले व्याजदर आणि नाविन्यपूर्ण आर्थिक उत्पादने ऑफर करता येतात आणि वापरकर्ता-अनुकूल डिजिटल इंटरफेस आणि प्रगत वित्तीय तंत्रज्ञान समाधानांना प्राधान्य देताना एखाद्याचे वित्त व्यवस्थापित करण्यासाठी सुलभता आणि कार्यक्षमता वाढवते.

ब) व्याख्या :

निओ बँकेच्या व्याख्या खालीलप्रमाणे आहेत :

१) ख्रिस स्किनर :

''निओ बँक या डिजिटल, शाखारहित बँका आहेत ज्या केवळ ऑनलाइन आणि मोबाइल चॅनेलद्वारे बँकिंग सेवा देतात. त्या अखंड आणि ग्राहक-केंद्रित बँकिंग अनुभव देण्यासाठी तंत्रज्ञानाचा लाभ घेतात.''

२) ब्रेट किंग :

''नियो बँक हे पारंपारिक बँकिंगपेक्षा वेगळे जाणारे आहे, जे डिजिटल प्लॅटफॉर्मद्वारे आधुनिक, वापरकर्ता-अनुकूल वित्तीय सेवा वितरीत करण्याच्या त्यांच्या क्षमतेद्वारे वैशिष्ट्यीकृत असून बहुतेकदा सुधारित ग्राहक प्रतिबद्धता आणि कमी शुल्कावर लक्ष केंद्रित करतात.''

३) बेन रॉबिन्सन :

''नियो बँक ही वित्तीय संस्थांची एक नवीन प्रणाली आहे जी ग्राहकांना आणि व्यवसायांना बँकिंग आणि वित्तीय सेवांची श्रेणी प्रदान करण्यासाठी तंत्रज्ञान, माहिती आणि ग्राहक-केंद्रित रचनेचा लाभ घेते. त्या सामान्यत: चपळ, तंत्रज्ञानावर आधारित असतात आणि यथास्थितीला आव्हान देण्याचा त्यांचा हेतू असतो.''

४) जागतिक बँक :

''निओ बँक या फिनटेक-आधारित वित्तीय संस्था आहेत, ज्या डिजिटल मध्यमाद्वारे बहुतेक वेळा प्रत्यक्ष शाखांशिवाय बँकिंग सेवा प्रदान करतात. ते डिजिटली-जाणकार ग्राहकांच्या विकसित गरजा पूर्ण करण्यासाठी, विविध वित्तीय उत्पादने आणि सेवा प्रदान करण्यासाठी तंत्रज्ञानाचा लाभ घेतात.''

क) निओ बँकेची वैशिष्ट्ये :

निओ बँकांची मुख्य वैशिष्ट्ये पुढीलप्रमाणे आहेत :

१) डिजिटल-प्रथम दृष्टीकोन :

निओ बँका त्यांच्या डिजिटल-प्रथम दृष्टिकोनाद्वारे वैशिष्ट्यीकृत आहेत. भौतिक शाखा असलेल्या पारंपारिक बँकांच्या विपरीत, निओ बँका संपूर्णपणे ऑनलाइन किंवा मोबाइल ॲप्लिकेशनद्वारे काम करतात. ग्राहक त्यांच्या खात्यांमध्ये प्रवेश करू शकतात, व्यवहार करू शकतात आणि त्यांच्या स्मार्टफोन किंवा संगणकाद्वारे त्यांचे वित्त व्यवस्थापित करू शकतात.

२) त्वरित खाते उघडणे :

निओ बँकेत खाते उघडणे सहसा जलद आणि सोपे असते. ग्राहक संपूर्ण ऑनबोर्डिंग प्रक्रिया डिजिटल पद्धतीने पूर्ण करू शकतात, अनेकदा काही मिनिटांत हे शक्य आहे. ही सुविधा अशा वापरकर्त्यांना आकर्षित करते जे त्रास-मुक्त बँकिंग अनुभव शोधत आहेत.

३) भौतिक शाखा नाहीत :

निओ बँकांकडे प्रत्यक्ष शाखा नेटवर्क नसतात, ज्यामुळे त्यांना कार्यात्मक खर्चात बचत करता येते. हा किमतीचा फायदा अनेकदा ग्राहकांना कमी फी आणि बचत खाती व कर्जावरील स्पर्धात्मक व्याजदराच्या स्वरूपात दिला जातो.

४) शुल्क पारदर्शकता :

निओ बँका शुल्क पारदर्शकतेला प्राधान्य देतात, जे ग्राहकांना विविध सेवांसाठी काय आकारले जातील हे स्पष्ट करतात. बऱ्याच निओ बँका फी-मुक्त खाती प्रदान करतात किंवा कोणतेही छुपे शुल्क नसलेली सरळ फी संरचना असते. ही पारदर्शकता ग्राहकांमध्ये विश्वास निर्माण करण्यास मदत करते.

५) वैयक्तिकृत वित्तीय व्यवस्थापन :

निओ बँका ग्राहकांना त्यांच्या खर्च करण्याच्या सवयी आणि वित्तीय आरोग्य अधिक चांगल्या प्रकारे समजून घेण्यास मदत करण्यासाठी अनेकदा प्रगत वित्तीय व्यवस्थापन साधने प्रदान करतात. या साधनांमध्ये अर्थसंकल्पीय वैशिष्ट्ये, खर्चाचे वर्गीकरण आणि बचत व गुंतवणूकीच्या संधींबाबत माहिती समाविष्ट असते.

६) नाविन्यपूर्ण पेमेंट उपाय :

निओ बँका व्हर्च्युअल डेबिट कार्ड, डिजिटल वॉलेट्स आणि पीअर-टू-पीअर (P2P) पेमेंट सेवा यासारखे नाविन्यपूर्ण पेमेंट उपाय प्रदान करतात. या वैशिष्ट्यांमुळे ग्राहकांना पैसे पाठवणे, बिले भरणे आणि ऑनलाइन खरेदी करणे सोपे होते.

७) जागतिक प्रवेशयोग्यता :

अनेक निओ बँका आंतरराष्ट्रीय बँकिंग सेवा देतात, ज्यामुळे ग्राहकांना पारंपारिक बँकांच्या तुलनेत कमी शुल्काद्वारे सीमा ओलांडून पैसे पाठवता येतात आणि प्राप्त करता येतात. काही निओ बँका बहु-चलन खाती आणि आंतरराष्ट्रीय पेमेंट पर्याय देखील प्रदान करतात.

८) ग्राहक-केंद्रित दृष्टीकोन :

निओ बँका डिजिटल माध्यमांद्वारे २४/७ ग्राहक समर्थन प्रदान करून ग्राहकांच्या अनुभवाला प्राधान्य देतात. वैयक्तिक ग्राहकांच्या गरजेनुसार त्यांच्या सेवा तयार करण्यासाठी ते सहसा तथ्य-आधारित माहितीवर अवलंबून असतात, ज्यामुळे अधिक वैयक्तिक बँकिंग अनुभव प्राप्त होतो.

९) भागीदारी आणि एकत्रीकरण :

निओ बँका फिनटेक कंपन्या आणि इतर सेवा प्रदात्यांसोबत वित्तीय उत्पादने आणि सेवांची विस्तृत श्रेणी प्रदान करण्यासाठी वारंवार सहयोग करतात. या भागीदारींमध्ये विमा, गुंतवणुकीच्या संधी आणि एकूण बँकिंग अनुभव वाढवणाऱ्या तृतीय-पक्ष ॲप्सचा समावेश असतो.

१०) नियामक अनुपालन :

निओ बँका प्रामुख्याने डिजिटल क्षेत्रात कार्यरत असतात, तरीही त्या ग्राहकांच्या निधीची आणि माहितीची सुरक्षितता सुनिश्चित करण्यासाठी वित्तीय नियम आणि सुरक्षा मानकांचे पालन करतात. निओ बँका ग्राहकांच्या माहितीचे संरक्षण करण्यासाठी सामान्यत: एनक्रिप्शन आणि प्रमाणीकरण पद्धती वापरतात.

ड) निओ बँकेची आव्हाने :

निओ बँकांसमोरील प्रमुख आव्हाने पुढीलप्रमाणे आहेत :

१) नियामक अनुपालन आणि परवाना :

निओ बँकांनी विविध अधिकारक्षेत्रांमध्ये जटिल आणि विकसित होत असलेल्या नियामक भूदृश्यांशी समायोजन करणे आवश्यक आहे. आवश्यक परवाने मिळवणे आणि नियामक आवश्यकतांचे पालन करणे वेळखाऊ आणि खर्चिक असू शकते. याव्यतिरिक्त, नियामक बदल त्यांच्या व्यवसाय प्रारूपावर परिणाम करू शकतात आणि सतत अनुकूलन आवश्यक असते.

२) ग्राहक संपादन आणि धारणा :

अत्यंत स्पर्धात्मक बाजारपेठेत ग्राहक मिळवणे आणि टिकवून ठेवणे आव्हानात्मक असते. निओ बँका अनेकदा वापरकर्त्यांना आकर्षित करण्यासाठी डिजिटल मार्केटिंग आणि तोंडी शब्दावर अवलंबून असतात. डिजिटल पर्यावरणात विश्वास आणि निष्ठा निर्माण करणे आवश्यक आहे आणि काही ग्राहकांसाठी भौतिक शाखांचा अभाव अडथळा ठरू शकतो.

३) कमाई आणि महसूल निर्मिती :

अनेक निओ बँका ग्राहकांना आकर्षित करण्यासाठी फी-मुक्त किंवा कमी फी खाती प्रदान करतात, ज्यामुळे कार्यात्मक खर्च भरून काढण्यासाठी आणि नफा साध्य करण्यासाठी पुरेसा महसूल निर्माण करणे आव्हानात्मक बनते. प्रीमियम सेवा किंवा क्रॉस-सेलिंग वित्तीय उत्पादने प्रदान करणे यासारखी शाश्वत मुद्रीकरण धोरणे शोधणे हे सततचे आव्हान असते.

४) सुरक्षा आणि फसवणूक प्रतिबंध :

डिजिटल संस्था म्हणून, निओ बँका सायबर सुरक्षा धोके आणि फसवणुकीला बळी पडतात. ग्राहक निधी आणि माहितीचे संरक्षण करण्यासाठी मजबूत सुरक्षा उपाय आणि फसवणूक प्रतिबंध प्रणालीची खात्री करणे महत्वाचे आहे. एकल सुरक्षा उल्लंघन त्यांच्या प्रतिष्ठेला गंभीरपणे नुकसान पोहचवू शकते.

५) मापनीकरण आणि पायाभूत सुविधा :

सेवेचा दर्जा राखताना कार्यपद्धतीचे मापनीकरण करणे हे निओ बँकांसाठी एक महत्त्वाचे आव्हान आहे. त्यांचा ग्राहक आधार जसजसा वाढत जाईल, तसतसे त्यांना वाढीव मागणी प्रभावीपणे हाताळण्यासाठी सर्व्हर, तंत्रज्ञान आणि ग्राहक समर्थनासारख्या पायाभूत सुविधांमध्ये गुंतवणूक करणे आवश्यक आहे.

६) पत जोखीम आणि कर्ज देणे :

कर्जविषयक सेवा देणाऱ्या निओ बँकांना पत जोखीमचे मूल्यांकन आणि व्यवस्थापन करताना आव्हानांचा सामना करावा लागतो. पारंपारिक पत इतिहास माहितीशिवाय, त्यांनी कर्ज देण्याचे निर्णय घेण्यासाठी वैकल्पिक माहिती स्त्रोत आणि प्रगत अल्गोरिदमवर अवलंबून राहणे आवश्यक आहे. जबाबदार कर्ज आणि नफा यांच्यातील समतोल राखणे महत्त्वाचे आहे.

७) तृतीय-पक्ष प्रदात्यांवर अवलंबित्व :

पेमेंट प्रक्रिया, ग्राहक समर्थन आणि नियामक अनुपालन साधने यासारख्या विविध सेवांसाठी निओ बँका अनेकदा तृतीय-पक्ष प्रदात्यांवर अवलंबून असतात. या भागीदारांवर जास्त अवलंबित्वामुळे कार्यात्मक भेद्यता आणि भागीदाराला समस्या आल्यास संभाव्य व्यत्यय येऊ शकतात.

८) बाजार संपृक्तता आणि स्पर्धा :

निओ बँकिंगचे क्षेत्र अधिकाधिक गजबजलेले आहे, असंख्य स्पर्धक बाजारातील वाटा मिळविण्यासाठी इच्छुक आहेत. स्पर्धा तीव्र आहे आणि नवीन प्रवेशकर्त्यांसमोर स्वतःला वेगळे करण्याचे आणि वेगळे उभे राहण्यासाठी अद्वितीय मूल्य प्रस्ताव सादर करण्याचे आव्हान असते.

९) जागतिक विस्तार आणि स्थानिकीकरण :

सीमा ओलांडून कार्यपद्धतीचा विस्तार करण्यासाठी विविध नियामक वातावरण, भाषा आणि सांस्कृतिक बारकावे हाताळणे आवश्यक आहे. सातत्यपूर्ण ब्रँड ओळख राखून स्थानिक प्राधान्ये पूर्ण करण्यासाठी उत्पादने आणि सेवा स्वीकारणे हा एक जटिल प्रयत्न असतो.

१०) दीर्घकालीन नफा :

शाश्वत नफा मिळवणे हे निओ बँकांसमोरील सर्वात महत्त्वाचे आव्हान आहे. या क्षेत्रातील अनेक स्टार्टअप्स सुरुवातीला तोट्यात चालतात कारण ते वृद्धी आणि ग्राहक संपादनात गुंतवणूक करतात. नफा मिळवण्याचा मार्ग अनिश्चित असतो आणि गुंतवणूकदारांच्या अपेक्षा मोठ्या असतात.

❋❋❋

बहुविकल्पी प्रश्न

१) ---------- बँकिंग ग्राहकांना ऑनलाइन वित्तीय व्यवहार करू देते.

अ) पारंपारिक ब) मोबाईल क) क्रिप्टोकरन्सी ड) आभासी

२) मोबाइल बँकिंग ॲप्स विविध ---------- सेवांमध्ये सोयीस्कर प्रवेश प्रदान करतात.

अ) वित्तीय ब) सामाजिक क) मनोरंजन ड) शैक्षणिक

३) ---------- बँकिंग ही बँकिंग उत्पादने आणि सेवा देण्यासाठी तंत्रज्ञानाचा वापर करते.

अ) पारंपारिक ब) मोबाईल क) क्रिप्टोकरन्सी ड) आभासी

४) डिजिटल बँकिंगचा एक फायदा म्हणजे रिअल-टाइममध्ये व्यवहार करण्याची क्षमता, ---------- वाढवणे.

अ) कार्यक्षमता ब) परंपरा क) मॅन्युअल ड) ॲनालॉग

५) ---------- वॉलेट सुरक्षित स्टोरेज आणि डिजिटल चलनांचे हस्तांतरण सक्षम करतात.

अ) पारंपारिक ब) मोबाईल क) क्रिप्टोकरन्सी ड) आभासी

६) ---------- ही संगणक प्रणाली, नेटवर्क आणि माहितीची चोरी किंवा नुकसान होण्यापासून संरक्षण करण्याचा सराव आहे.

अ) सायबरनेटिक्स ब) बायोमेट्रिक्स क) सायबर सुरक्षा ड) रोबोटिक्स

७) एक सामान्य सायबर हल्ल्याची पद्धत ---------- आहे, जिथे दुर्भावनापूर्ण सॉफ्टवेअर सिस्टममध्ये व्यत्यय आणते किंवा नुकसान करते.

अ) फिशिंग ब) स्पूफिंग क) मालवेअर ड) हॅकिंग

८) मल्टी-फॅक्टर ऑथेंटिकेशन ---------- च्या एकापेक्षा जास्त प्रकारांची आवश्यकतांद्वारे सुरक्षितता वाढवते.

अ) ओळख ब) अधिकृतता क) प्रमाणीकरण ड) प्रमाणीकरण

९) असुरक्षितता दूर करण्यासाठी आणि सायबर सुरक्षा राखण्यासाठी नियमित सॉफ्टवेअर ---------- महत्वाचे आहे.

अ) एनक्रिप्शन ब) अद्यतने क) फायरवॉल ड) बॅकअप

१०) सायबर सुरक्षा व्यावसायिक धोक्यांसाठी नेटवर्क क्रियाकलापांचे परीक्षण आणि विश्लेषण करण्यासाठी ---------- साधने वापरतात.

अ) निदान ब) विश्लेषणात्मक क) फॉरेन्सिक ड) पाळत ठेवणे

११) नॅशनल सायबर सिक्युरिटी पॉलिसी (NCSP) देशाच्या ---------- चे रक्षण करण्याच्या दृष्टिकोनाची रूपरेषा देते.

अ) सीमा ब) अर्थव्यवस्था क) संस्कृती ड) पर्यावरण

१२) नॅशनल सायबर सिक्युरिटी पॉलिसीचे उद्दिष्ट ---------- घटनांना प्रतिसाद देण्यासाठी आणि त्यातून पुनर्प्राप्त करण्यासाठी एक चौकट स्थापित करणे आहे.

अ) सायबर सुरक्षा ब) पर्यावरणीय क) सामाजिक ड) राजकीय

१३) नॅशनल सायबर सिक्युरिटी पॉलिसी अंतर्गत ---------- प्रभावी होण्यासाठी आंतरराष्ट्रीय भागीदारांसोबतचे सहकार्य हे महत्त्वाचे पैलू आहे.

अ) सायबर सुरक्षा ब) व्यापार क) मुत्सद्देगिरी ड) इमिग्रेशन

१४) नॅशनल सायबर सिक्युरिटी पॉलिसी सायबर धोक्यांना संबोधित करण्यासाठी कुशल ---------- विकसित करण्यास प्रोत्साहित करते.

अ) कार्यबल ब) लष्करी क) न्यायव्यवस्था ड) विधिमंडळ

१५) एनसीएसपीचे नियमित ---------- विकसित होणाऱ्या धोक्यांना संबोधित करण्यासाठी त्याची प्रासंगिकता आणि परिणामकारकता सुनिश्चित करते.

अ) पुनरावलोकन करणे ब) अंमलबजावणी क) अंमलबजावणी ड) अधिकृतता

१६) ---------- हे विकेंद्रित आणि वितरित खातेवही तंत्रज्ञान आहे.

अ) ब्लॉकचेन ब) फिनटेक क) क्लाऊड ड) निओ बँक

१७) ---------- मशिनला स्पष्ट प्रोग्रामिंगशिवाय कार्ये करण्यास सक्षम करण्यासाठी अल्गोरिदमचा वापर समाविष्ट आहे.

अ) कृत्रिम बुद्धिमत्ता ब) डिजिटल क) निओ बँक ड) क्लाऊड बँकिंग

१८) ---------- मानवासारख्या क्रियांची प्रतिकृती तयार करण्यासाठी प्रगत तंत्रज्ञान एकत्र करते.

अ) कृत्रिम बुद्धिमत्ता ब) डिजिटल क) रोबोट्स ड) फिनटेक

१९) ---------- हे ब्लॉकचेनवर देशाच्या अधिकृत चलनाचे डिजिटल प्रतिनिधित्व आहे.

अ) फिनटेक ब) क्लाऊड बँकिंग क) डिजिटल ड) निओ बँक

२०) ---------- वित्तीय क्षेत्रातील तंत्रज्ञानाच्या एकत्रीकरणाचा संदर्भ देते.

अ) फिनटेक ब) क्लाऊड बँकिंग क) ओपन बँकिंग ड) कृत्रिम बुद्धिमत्ता

२१) ---------- माहिती संचयित आणि व्यवस्थापित करण्यासाठी इंटरनेटवर होस्ट केलेल्या रिमोट सर्व्हरचा वापर करते.

अ) क्लाऊड बँकिंग ब) ओपन बँकिंग क) निओ बँक ड) ब्लॉकचेन

२२) ---------- ही एक संकल्पना आहे जिथे पारंपारिक बँकिंग प्रणाली तृतीय-पक्ष विकासकांसाठी त्यांचे ॲप्लिकेशन प्रोग्रामिंग इंटरफेस उघडतात.

अ) ओपन बँकिंग **ब)** फिनटेक **क)** क्लाऊड बँकिंग **ड)** ब्लॉकचेन

२३) ---------- ही एक प्रकारची वित्तीय संस्था आहे जी केवळ ऑनलाइन चालते.

अ) निओ बँक **ब)** कृत्रिम **क)** रोबोट्स **ड)** डिजिटल

२४) ---------- मध्ये बँकिंग सेवांमध्ये निर्णय घेण्यासाठी कृत्रिम बुद्धिमत्ता अल्गोरिदमचा वापर समाविष्ट आहे.

अ) कृत्रिम बुद्धिमत्ता **ब)** ओपन बँकिंग **क)** फिनटेक **ड)** क्लाऊड बँकिंग

२५) ---------- ही डिजिटल आणि स्वयंचलित वित्तीय सेवांची निर्मिती आणि वापर आहे.

अ) फिनटेक **ब)** क्लाऊड बँकिंग **क)** ओपन बँकिंग **ड)** निओ बँक

२६) ---------- ग्राहकांना इंटरनेटद्वारे बँकिंग सेवांमध्ये प्रवेश करण्याची परवानगी देते.

अ) डिजिटल **ब)** फिनटेक **क)** ओपन बँकिंग **ड)** कृत्रिम बुद्धिमत्ता

२७) ---------- हा बँकिंगचा एक प्रकार आहे जो इंटरनेट-आधारित सेवा आणि माहिती संचावरअवलंबून असतो.

अ) डिजिटल **ब)** फिनटेक **क)** क्लाऊड बँकिंग **ड)** ओपन बँकिंग

२८) ---------- मध्ये वित्तीय व्यवहार सुलभ करण्यासाठी ब्लॉकचेन तंत्रज्ञान वापरणे समाविष्ट आहे.

अ) डिजिटल **ब)** निओ बँक **क)** फिनटेक **ड)** क्लाऊड बँकिंग

२९) ---------- हा बँकिंगचा एक प्रकार आहे जो नाविन्यपूर्ण आणि ग्राहक-केंद्रित उपाय प्रदान करण्यावर लक्ष केंद्रित करतो.

अ) निओ बँक **ब)** डिजिटल **क)** क्लाऊड **ड)** ओपन बँकिंग

३०) ---------- चलन देशाच्या मध्यवर्ती बँकेद्वारे जारी केले जाते आणि नियंत्रित केले जाते.

अ) डिजिटल **ब)** ब्लॉकचेन **क)** फिनटेक **ड)** निओ बँक

उत्तरे : १) ब, २) अ, ३) क, ४) अ, ५) क, ६) क, ७) क, ८) क, ९) ब, १०) क, ११) ब, १२) अ, १३) अ, १४) अ, १५) अ, १६) अ, १७) अ, १८) क, १९) क, २०) अ, २१) अ, २२) अ, २३) अ, २४) अ, २५) अ, २६) अ, २७) क, २८) ब, २९) अ, ३०) अ.

❋❋❋

सरावासाठी प्रश्न

प्र. १. पुढील प्रश्नांची सविस्तर उत्तरे द्या.

१) डिजिटल बँकिंग म्हणजे काय? डिजिटल बँकिंगची वैशिष्ट्ये स्पष्ट करा.
२) डिजिटल बँकिंगचे फायदे सांगा.
३) बँकिंग वितरण माध्यमांतील तंत्रज्ञानाचा विकास स्पष्ट करा.
४) पेमेंट सिस्टममधील तांत्रिक विकासाचा आढावा घ्या.
५) सायबर सुरक्षा म्हणजे काय? सायबर सुरक्षेची गरज स्पष्ट करा.
६) सायबर सुरक्षेची आव्हाने स्पष्ट करा.
७) राष्ट्रीय सायबर सुरक्षा धोरण (NCSP) विशद करा.
८) ब्लॉक चेन म्हणजे काय? ब्लॉक चेनची वैशिष्ट्ये स्पष्ट करा.
९) ब्लॉक चेनची आव्हाने विशद करा.
१०) कृत्रिम बुद्धिमत्ता रोबोट्स म्हणजे काय? कृत्रिम बुद्धिमत्ता रोबोट्सची वैशिष्ट्ये स्पष्ट करा.
११) कृत्रिम बुद्धिमत्ता रोबोट्सची आव्हाने स्पष्ट करा.
१२) डिजिटल रुपया म्हणजे काय? डिजिटल रुपयाची वैशिष्ट्ये स्पष्ट करा.
१३) डिजिटल रुपयाची आव्हाने स्पष्ट करा.
१४) फिनटेक बँकिंग म्हणजे काय? फिनटेक बँकिंगची वैशिष्ट्ये स्पष्ट करा.
१५) फिनटेक बँकिंगच्या आव्हानांबद्दल विवेचन करा.
१६) क्लाउड बँकिंग म्हणजे काय? क्लाउड बँकिंगची वैशिष्ट्ये स्पष्ट करा.
१७) क्लाउड बँकिंगच्या आव्हानांचे तपशीलवार स्पष्टीकरण द्या.
१८) ओपन बँकिंग म्हणजे काय? ओपन बँकिंगची वैशिष्ट्ये स्पष्ट करा.
१९) ओपन बँकिंगची आव्हाने स्पष्ट करा.
२०) निओ बँक म्हणजे काय? निओ बँकेची वैशिष्ट्ये स्पष्ट करा.
२१) निओ बँकेची आव्हाने स्पष्ट करा.

प्र. २. खालील विषयांवर टिपा लिहा.

१) डिजिटल बँकिंग.
२) सायबर सुरक्षा.
३) राष्ट्रीय सायबर सुरक्षा धोरण.
४) ब्लॉक चेन.
५) कृत्रिम बुद्धिमत्ता रोबोट्स.
६) डिजिटल रुपया.
७) फिनटेक बँकिंग.
८) क्लाउड बँकिंग.
९) ओपन बँकिंग.
१०) निओ बँकिंग.

❋❋❋

NOTES

www.ingramcontent.com/pod-product-compliance
Lightning Source LLC
LaVergne TN
LVHW082048051026
849532LV00011B/3521

9788119939060

सावित्रीबाई फुले पुणे विद्यापीठाच्या जून २०२३ पासून सुरू झालेल्या एम. कॉम च्या आधुनिक बँक व्यवसाय आणि वित्तपुरवठा (बँकविषयक उत्पादन आणि सेवा) या विषयाच्या अभ्यासक्रमासाठी व इतर विद्यापीठांच्या संबंधित अभ्यासक्रमासाठी उपयुक्त पुस्तक

आधुनिक बँक व्यवसाय आणि वित्तपुरवठा

(बँकविषयक उत्पादन आणि सेवा)

[Course Code : PS572MJ]

M.Com. - I (Sem. - II)

As per New Education Policy (2020)

Dr. Kishor S. Nikam
(M.Com., NET., SET., Ph.D., CA Final (II)., DTL., GDC&A., MBA., DMB., PGDBM., ADM., MA., DLL & LW., DIPR., DCCL)
Dr. D. Y. Patil ACS College, Pimpri, Pune.

Dr. Bhaskar H. Jangale
(M.A., Ph.D.)
Naigaum Education Society Arts and Commerce College, Daund, Pune.

Dr. Sonali M. Chindhade
(M.Com., M. Phil., Ph.D.)
B.Y.K. College of Commerce.

Dr. Vinit Rakibe
(M.Com., M.Phil., NET., SET., MBA., Ph.D.)
Loknete Vyankatrao Hiray College., Nashik.

२०२४

SUCCESS PUBLICATIONS

प्रकाशक :
डॉ. राजेश पाटणे
सक्सेस पब्लिकेशन्स
राधाकृष्ण अपार्टमेंट, ५३५ शनिवार पेठ,
आप्पा बळवंत चौक, प्रभात टॉकिज समोर, पुणे ४११ ०३०
फोन नं : ०२०-२४४३४६६२
मोबा. - ९३२५३१५४६४

आवृत्ती
२०२४

संपादक
श्री. वाल्मिक गायकवाड

अक्षरजुळणी :
कु. वर्षा लोखंडे

मुखपृष्ठ :
कु. वर्षा लोखंडे

***ISBN NO.* - 978-81-19939-06-0**
